ഏലംകുളത്തെ കുഞ്ഞു

കുട്ടികളുടെ ഇ എം എസ്

elamkulathe kunju
kuttikalude e m s
•
payyannoor kunjhiraman
•
first edition
march 2007
•
second edition
february 2008
•
third edition
september 2009
•
fourth edition
may 2013
•
typesetting & published
chintha publishers, thiruvananthapuram
•
printed at

•
cover
anil vega
•
illustration
karakkamandapam vijayakumar

വിതരണം

ദേശാഭിമാനി ബുക്ക് ഹൗസ്

H O തിരുവനന്തപുരം-695 035
www.chinthapublishers.com
chinthapublishers@gmail.com

ബ്രാഞ്ചുകൾ

ഹെഡ്ഓഫീസ് ബ്രാഞ്ച് കുന്നുകുഴി • ഓവർബ്രിഡ്ജ് തിരുവനന്തപുരം • കെ എസ് ആർ ടി സി ബസ് സ്റ്റേഷൻ ആലപ്പുഴ • കെ എസ് ആർ ടി സി ബസ് സ്റ്റേഷൻ എറണാകുളം • മച്ചിങ്ങൽ ലെയ്ൻ തൃശൂർ • ഐ ജി റോഡ് കോഴിക്കോട് • കെ എസ് ആർ ടി സി ബസ് സ്റ്റേഷൻ കോഴിക്കോട് • എൻ ജി ഒ യൂണിയൻ ബിൽഡിങ് കണ്ണൂർ • സെൻട്രൽ ബസ് ടെർമിനൽ കോംപ്ലക്സ് താവക്കര കണ്ണൂർ

CR - 1272 / 3203

ഏലംകുളത്തെ കുഞ്ചു

കുട്ടികളുടെ ഇ എം എസ്

പയ്യന്നൂർ കുഞ്ഞിരാമൻ

ചിന്ത പബ്ലിഷേഴ്സ്
തിരുവനന്തപുരം-695 035
വില : ₹ 70

പയ്യന്നൂർ കുഞ്ഞിരാമൻ

1946 മെയ് 22 ന് പയ്യന്നൂർ രാമനാട്ട് ജനനം. അച്ഛൻ: ബി കെ കണ്ണപ്പൊതുവാൾ. അമ്മ: പാർവതിയമ്മ.

തളിപ്പറമ്പ് മൂത്തേടത്ത് ഹൈസ്കൂളിൽ അധ്യാപകനായിരുന്നു.

വിവർത്തകൻ, ബാലസാഹിത്യകാരൻ, ലേഖകൻ എന്നീ നിലകളിൽ അറിയപ്പെടുന്നു.

കളിയാട്ടക്കഥകൾ, ജീവനോടെ സ്വർഗത്തിൽ, ടീച്ചിങ് നോട്ട്, കുട്ടി പഠിപ്പിച്ച പാഠം, നാടോടിബാലന്റെ മയിൽപ്പീലി, തേങ്ങലുകൾ (ബാലസാഹിത്യം), *നിരഞ്ജനയുടെ ജീവിതകഥ* (ജീവചരിത്രം), *അന്ധഹൃദയം, റംഗമ്മയുടെ വാടകപ്പറമ്പ്, കാവേരി എന്റെ രക്തം, ബനശങ്കരി, മൃത്യുഞ്ജയൻ, മിന്നൽ, ഘോഷം, ചേരിയുടെ വിലാപം, ഇരുളിന് നീളംകൂടുന്നു, പിറവി, എടയ്ക്കൽ മലമുകളിൽ, മുറിപ്പാടുകൾ, എന്റെ കഥ* (വിവർത്തനം: കന്നടയിൽനിന്ന്) എന്നീ കൃതികളുടെ കർത്താവ്.

നിരഞ്ജനയുടെ ജീവിതകഥ എന്ന ഗ്രന്ഥത്തിന് 2005 ലെ അബുദാബി ശക്തി അവാർഡ് ലഭിച്ചു.

ഭാര്യ : സത്യഭാമ എ കെ

വിലാസം : രാമനാത്ത് വീട്
ചാലക്കോട് പി ഒ
പയ്യന്നൂർ, കണ്ണൂർ

ഉള്ളടക്കം

പ്രസാധകക്കുറിപ്പ്

നവകേരള ശിൽപ്പിയായ ഇ എം എസിന്റെ കുട്ടിക്കാലത്തെ ആസ്പദമാക്കി രചിച്ച ഒരു ലഘു ജീവചരിത്രഗ്രന്ഥമാണിത്. ഇ എം എസ് ഏതെങ്കിലും ഒരു പ്രസ്ഥാനത്തിന്റേതു മാത്ര മല്ലെന്നും നാടിന്റെയാകെ സ്വത്താണെന്നു മുള്ള കാഴ്ചപ്പാടോടെയാണ് ഈ ഗ്രന്ഥം തയാറാക്കിയിരിക്കുന്നത്. അതുകൊണ്ട് ഒരു രാഷ്ട്രീയ പാർട്ടിയുടെ ഭാഗമാണെന്ന തര ത്തിൽ ഇ എം എസിനെ ഇതിൽ പരാമർശി ക്കുന്നില്ല. നവോത്ഥാനമൂല്യങ്ങൾ കുട്ടികൾക്ക് പകർന്നുനൽകാൻ ഈ ജീവചരിത്രം ഉപക രിക്കും. നാടിനുവേണ്ടി ജീവിതം ഉഴിഞ്ഞു വയ്ക്കാനും ത്യാഗമനുഷ്ഠിക്കാനും തയാറുള്ള ഒരു തലമുറയുടെ സൃഷ്ടിക്ക് ഇ എം എസിന്റെ മഹത്തായ ജീവിതമാതൃക പ്രചോദനമേകും.

അത് അക്ഷരാർഥത്തിൽ ശരിയാണെന്ന് തെളി യിക്കുന്നതാണ് ഈ രണ്ടാം പതിപ്പ്.

ചിന്ത പബ്ലിഷേഴ്സ്

1

ഏലംകുളത്തെ നാലാംതമ്പുരാൻ

ഏലംകുളം മനയ്ക്കലെ വരാന്തയിൽ പരമേശ്വരൻ നമ്പൂതിരിപ്പാട് അസ്വസ്ഥനായി നിൽക്കുകയാണ്.

അദ്ദേഹത്തിന്റെ മുഖത്ത് ഭയവും പരിഭ്രമവും മാറി മാറി നിഴലിക്കുന്നു.

ഇടയ്ക്കിടെ പടിക്കലേക്ക് നോക്കുന്നുണ്ട്.

അദ്ദേഹം ദീർഘനിശ്വാസം വിട്ടു. പിന്നെ കൈ പിന്നിൽ കെട്ടി അങ്ങുമിങ്ങും നടന്നു.

കാര്യസ്ഥൻ രാമൻനായർ പരവശനായി. യജമാനനെ ആശ്വസിപ്പിക്കാൻ കഴിയാതെ അദ്ദേഹം വിഷമിച്ചു.

വാരിയത്തുനിന്നുള്ള വിവരം ഇനിയും വരാത്തതെന്തേ....?

പടിപ്പുരയ്ക്കപ്പുറത്ത് ഇല്ലത്തെ പണിക്കാരും അയൽപക്കത്തുള്ളവരും കൂടിനിൽക്കുന്നു.

എല്ലാവരും ഉൽക്കണ്ഠയിലാണ്.

എന്തോ സംഭവിക്കാൻ പോകുന്നു....

"രാമൻനായരേ..., വാരിയത്തു നിന്നും ആരും വരാത്തതെന്താ?" പരമേശ്വരൻ നമ്പൂതിരിപ്പാട് ചോദിച്ചു.

"വരും... ഇപ്പഴ് വരും... സമാധാനിക്കണം..." രാമൻനായർ പതിഞ്ഞ മട്ടിൽ പറഞ്ഞു.

"നമുക്കൊരു സമാധാനവുമില്ല...."

"അങ്ങുന്ന് ധൈര്യം കൈവിടരുത്...."

"നേരം ഒരുപാടായില്ലേ...?"

"ചില പ്രസവത്തിന് സമയമെടുക്കുമെന്ന് അങ്ങയ്ക്ക്തന്നെ അറിവുള്ളതല്ലേ...?"

"അറിവുള്ളവരും തളർന്നു പോകുന്ന സന്ദർഭമല്ലേ ഇത്...?"

"ക്ലേശത്തിനൊടുവിലല്ലേ ഉൽക്കൃഷ്ടഫലം സിദ്ധിക്കൂ...?"

പരമേശ്വരൻ നമ്പൂതിരിപ്പാട് കാര്യസ്ഥനെ ഉറ്റുനോക്കി.

ദൂരെ കുന്തിപ്പുഴ പാഞ്ഞുപോകുന്ന ഒച്ച കേൾക്കാം

നേരിയ കാറ്റ് വീശി.

ഇല്ലപ്പറമ്പിലെ പൂമരത്തിലിരുന്ന് കിളികൾ ചിലച്ചു.

കുന്തിപ്പുഴയുടെ തീരത്തുള്ള ചേലാമലയുടെ താഴ്‌വാരത്തിലാണ് ഏലംകുളം ഗ്രാമം. ഗ്രാമത്തിന്റെ പ്രതാപം കാത്തുസൂക്ഷിച്ചുകൊണ്ട് ഏലംകുളം മന തലയുയർത്തിനിൽക്കുന്നു. മനയുടെ പേര് അന്യദേശങ്ങളിലും പരന്നു കിടക്കുന്നു. അമ്പതിനായിരം പറ നെല്ല് പാട്ടമായി ലഭിക്കുന്ന നിലം മനയുടെ കീഴിലുണ്ട്.

പരമേശ്വരൻ നമ്പൂതിരിപ്പാട് വരാന്തയുടെ തൂണിൽപിടിച്ച് ഒരു നിമിഷം നിന്നു.

"രാമൻനായരേ.., ഒന്നു ചെന്നന്വേഷിക്ക്..." അദ്ദേഹം നിർദ്ദേശിച്ചു.

രണ്ടാംമുണ്ട് കൈയിൽപ്പിടിച്ച് വീശിക്കൊണ്ട് രാമൻനായർ ഇറങ്ങിനടന്നു.

പടിക്കലെ വാരിയത്ത് സ്ത്രീകൾ കൂടിനിന്നിരുന്നു.

രാമൻനായരെ കണ്ട് അവർ ഒഴിഞ്ഞുമാറി.

ഏലംകുളം മനയ്ക്കലെ സ്ത്രീകൾ പ്രസവിക്കുന്നത് വാരിയത്താണ്. മനയിൽ ഭഗവതി കുടിയിരിക്കുന്നുണ്ട്. അതുകൊണ്ട് പ്രസവം അവിടെ പാടില്ലെന്നാണ് വിശ്വാസം!

വിഷ്ണുദത്ത അന്തർജ്ജനം ഇതിനുമുമ്പ് മൂന്നു തവണ പ്രസവിച്ചതും വാരിയത്താണ്. രണ്ടുപെണ്ണും ഒരാണും. പെൺമക്കൾ രണ്ടും മരണപ്പെട്ടു. മൂന്നാമത്തെ മകൻ പരമേശ്വരൻ ബാക്കിയായി. പരമേശ്വരൻ ബുദ്ധി വളർച്ചയില്ലാത്തവനാണ്. അച്ഛനമ്മമാർക്ക് അവനെ യോർത്ത് കണ്ണീർ വാർക്കാനേ നേരമുള്ളൂ. മികച്ച വൈദ്യൻമാരെ കൊണ്ടുവന്ന് ചികിത്സ നടത്തി. നേർച്ച നേർന്നു. പ്രാർഥിച്ചു. പക്ഷേ, പരമേശ്വരന്റെ നിലയിൽ മാറ്റമുണ്ടായില്ല.

അങ്ങനെയിരിക്കെയാണ് വിഷ്ണുദത്ത അന്തർജ്ജനം വീണ്ടും ഒരു കുഞ്ഞിന് ജന്മം നൽകാനൊരുങ്ങുന്നത്. നാലാമത്തെ കുഞ്ഞിന്...

നാലാമത്തെ കുഞ്ഞ് ആണാകുമോ? പെണ്ണാകുമോ?

ഏവരെയും ഭയപ്പെടുത്തുന്ന കാര്യമാണത്.

കുഞ്ഞ് പിറക്കുന്നതിൽ ഭയമെന്തിന്?

ഏലംകുളം മനയിൽ ഒരേ സമയം രണ്ടാൺമക്കൾ ശേഷിക്കില്ലെന്നാണ് വിശ്വാസം. എങ്കിലും അവിടെ കൂടി നിന്നവരെല്ലാം ആഗ്രഹിച്ചത് ആൺകുഞ്ഞ് ജനിക്കണമെന്നാണ്.

വാരിയത്തെ അടുക്കള ഭാഗത്തുനിന്ന് മൂളലും കരച്ചിലും ഉയർന്നുകൊണ്ടിരുന്നു.

രാമൻനായരെക്കണ്ട് വാരിയത്തമ്മ പുറത്തേക്ക് വന്നു.

"എന്താ.... എന്തായി?" അദ്ദേഹം ചോദിച്ചു.

"അല്പസമയം കൂടി വേണ്ടിവരും...."

"അവിടെ ഇല്ലത്തുള്ള യജമാനൻ തീ തിന്നുകയാണ്.."

"തീ തിന്നിട്ടെന്താ കാര്യം? സമയം വരാതെ ഒന്നും നടക്കില്ലല്ലോ?"

സംസാരിച്ചുകൊണ്ടിരിക്കെ അടുക്കള ഭാഗത്തുനിന്ന് ഉച്ചത്തിലുള്ള കരച്ചിലുയർന്നു.

വാരിയത്തമ്മ അകത്തേക്കോടിപ്പോയി.

രാമൻനായരുടെ ഹൃദയം തുടികൊട്ടി.

ഏതാനും നിമിഷം കടന്നുപോയി.

പെട്ടെന്ന് ഉച്ചത്തിലുള്ള നിലവിളിയും തുടർന്ന് കുഞ്ഞിന്റെ കരച്ചിലും കേട്ടു........

രാമൻനായർ മുകളിലേക്ക് നോക്കി കൈകൂപ്പി പ്രാർഥിച്ചു. പറമ്പിലും മറ്റും കൂടിനിൽക്കുന്നവരിൽ കുശുകുശുപ്പുയർന്നു. അടുക്കള ഭാഗത്ത് സ്ത്രീകളുടെ സംസാരം. രാമൻനായർ രണ്ടാം മുണ്ടുകൊണ്ട് മുഖം തുടച്ചു. ഇല്ലത്തേക്ക് ഓടിപ്പോയാലോ? അയാൾ ചിന്തിച്ചു. അടുത്ത ക്ഷണത്തിൽ അത് വേണ്ടെന്നു വച്ചു......

കുഞ്ഞിന്റെകാര്യം കൂടി അറിഞ്ഞിട്ട് പോകാം.

അദ്ദേഹം അകത്തേക്കുതന്നെ നോക്കിക്കൊണ്ടു നിന്നു.

തെല്ലിട കഴിഞ്ഞ് വാരിയത്തമ്മ കുഞ്ഞിനെ പൊതിഞ്ഞെടുത്തുകൊണ്ടുവന്ന് കാട്ടി.

രാമൻനായർ സൂക്ഷിച്ചുനോക്കി. വലിയ കണ്ണും തലയും. സാധാരണയിൽ കവിഞ്ഞ തടിയുണ്ട്.

"ഉണ്ണിതന്നെ.... പൊന്നുണ്ണി......" അമ്മ പറഞ്ഞു.

"ഇല്ലത്തിന്റെ സൗഭാഗ്യം... പൊന്നുണ്ണിതന്നെ...." രാമൻനായർ തുടർന്നു. "ഞാനിക്കാര്യം ഇല്ലത്തെത്തിക്കട്ടെ...."

രാമൻനായർ ഓടാൻ തുടങ്ങി.

പടിപ്പുര വാതിൽക്കൽ പെണ്ണുങ്ങൾ കൂടിനിൽക്കുന്നുണ്ടായിരുന്നു.

രാമൻനായർ കീശതപ്പി ഒരു ഒരു രൂപ നാണയം കൈയിലെടുത്തു. മുന്നിൽക്കണ്ട പ്രായം ചെന്ന സ്ത്രീയുടെ കൈയിൽ ആ നാണയമിട്ടുകൊടുത്തുകൊണ്ട് രാമൻനായർ മുന്നോട്ട് നടന്നു....

"ഒരു രൂപ നാണയമോ...?" സ്ത്രീ അദ്ഭുതപ്പെട്ടു.

"അതെ.. ഒരു രൂപ തന്നെ..."

"നോട്ടപ്പിശക് പറ്റിയതല്ലല്ലോ..?"

"അല്ല. നോക്കിത്തന്നെ തന്നതാണ്..."

സാധാരണ ഇല്ലത്ത് കുഞ്ഞ് പിറന്നാൽ രണ്ടണയോ നാലണയോ മാത്രമാണ് കിട്ടുക. എന്നാലിപ്പോൾ ഒരു രൂപ നാണയംതന്നെ സമ്മാനമായി കിട്ടിയിരിക്കുന്നു...

ഇതിന്റെ അർഥം...?

"അദ്ഭുതപ്പെടേണ്ട... നാലാംതമ്പുരാൻ ജനിച്ചു..."

"നാലാം തമ്പുരാനോ...?"

" എന്താ സംശയം?നാലാം തമ്പുരാൻ തന്നെ..."

രാമൻനായർ ധൃതിയിൽ നടന്നു.....

സ്ത്രീ അന്തം വിട്ടുകൊണ്ട് നാണയത്തിൽ നോക്കിനിന്നു.

2

കുഞ്ചുവിന്റെ അസാധാരണത്വം

നാലാം തമ്പുരാന്റെ പിറവി ഇല്ലത്തിന് പുതിയ ഉണർവ്വും ഉൻമേഷവും നൽകി.

പരമേശ്വരൻ നമ്പൂതിരിപ്പാട് സന്തോഷംകൊണ്ട് വീർപ്പു മുട്ടി. മൂത്തമകൻ പരമേശ്വരനെയോർത്ത് ആ പിതാവ് സങ്കടപ്പെട്ടു കഴിയുകയായിരുന്നു. ഇല്ലത്തിന്റെ കാര്യം നോക്കി നടത്താൻ ഒരാളില്ലാതാകുമോ എന്ന ഭയം അദ്ദേഹത്തെ പിടികൂടിയിരുന്നു. ആ ഭയം അസ്ഥാനത്താക്കിക്കൊണ്ടാണ് ഉണ്ണി പിറന്നത്.

ഒരേ സമയം രണ്ടാൺമക്കൾ ഇല്ലത്ത് ശേഷിക്കില്ലെന്ന വിശ്വാസം അടിയുറച്ച് നിന്നിരുന്നു. നാട്ടിലുള്ളവരെല്ലാം ഇങ്ങനെ വിശ്വസിച്ചിരുന്നു.

എന്നാൽ നാലാം തമ്പുരാൻ പിറന്നതോടെ ആ വിശ്വാസം തിരുത്തപ്പെട്ടു.

ചില മഹാൻമാരുടെ ജനനം അങ്ങനെയാണ്. നിലനിൽക്കുന്ന ചട്ടക്കൂട് തകർത്തുകൊണ്ടാകും അവർ ജന്മമെടുക്കുക.

പരമേശ്വരൻ നമ്പൂതിരി ആശ്രിതർക്കെല്ലാം സമ്മാനങ്ങൾ നൽകി.

"രാമൻനായരേ, ഏലംകുളത്ത് കാര്യപ്രാപ്തിയുള്ള ഉണ്ണി പിറന്നതിൽ എല്ലാവരും സന്തോഷിക്കട്ടെ.... എന്താ...?"

"ഉണ്ണിക്കുവേണ്ടി എല്ലാവരും പ്രാർഥിക്കുന്നുണ്ട്....."

"രാമൻനായർക്കും പേടിതോന്നുന്നുണ്ടോ?"

"പേടിക്കാതിരിക്കുന്നതെങ്ങനെ...? ഒരേ സമയത്ത്..... രണ്ടാൺമക്കൾ...."– രാമൻനായർ അത് പൂർത്തിയാക്കിയില്ല.

"ഭഗവതി അങ്ങനെ ചെയ്യോ രാമൻനായരേ..? ഇല്ല... ഇല്ല.... ഭഗവതിക്ക് ദുഃഖം കാണാനുള്ള കണ്ണുണ്ട്. നാലാം തമ്പുരാന് ഒന്നും സംഭവിക്കില്ല..." പരമേശ്വരൻ നമ്പൂതിരിപ്പാട് തറപ്പിച്ചു പറഞ്ഞു.

വിഷ്ണുദത്ത അന്തർജ്ജനവും മക്കളെയോർത്ത് ഭയപ്പെട്ടിരുന്നു...

എങ്കിലും പേടിച്ചതുപോലെയൊന്നും സംഭവിച്ചില്ല.

നാലാം തമ്പുരാൻ വളർന്നു...

പേര് വിളിക്കൽ ചടങ്ങിനുള്ള സമയമായി...

എന്ത് പേരിടും?

ഒടുവിൽ പിതാവ് തന്നെ ഒരു പേര് കണ്ടെത്തി..... ശങ്കരൻ...!

ആദിശങ്കരന്റെ പേര്...

ഏലംകുളം മനയ്ക്കൽ ശങ്കരൻ നമ്പൂതിരിപ്പാട്....!

ഇ എം എസ്...!

പേരെല്ലാവർക്കും ഇഷ്ടപ്പെട്ടു...

എങ്കിലും ഓമനപ്പേര് വേണമല്ലോ...?

അതും എളുപ്പത്തിൽ കണ്ടെത്തി... കുഞ്ചു..! കുഞ്ചു..!

കുഞ്ചു എന്ന ശങ്കരൻ...

കരഞ്ഞും ചിരിച്ചും കൊഞ്ചിപ്പറഞ്ഞും കുഞ്ചു ഇല്ലത്തുള്ളവരുടെ കണ്ണിലുണ്ണിയായി.

കുഞ്ചുവിന് രണ്ടുവയസ്സായിട്ടുണ്ടാകണം.

പെട്ടെന്നൊരുദിവസം കുഞ്ചുവിന് പനിയും ചുമയും പിടിപെട്ടു. ഗ്രഹണിയുടെ ലക്ഷണങ്ങളുമുണ്ടായി.

അക്കാലത്ത് ഇന്നുള്ളതുപോലെ ആശുപത്രി സൗകര്യങ്ങളുണ്ടായിരുന്നില്ല. നാട്ടുചികിത്സയാണ് പ്രധാനം.

ഏലംകുളം ദേശത്ത് അന്നറിയപ്പെട്ട ബാലചികിത്സകൻ മുസ്ലീമായ അവറാൻകുട്ടിയായിരുന്നു.

മുസ്ലീമിനെക്കൊണ്ട് ചികിത്സിപ്പിക്കേണ്ട എന്നൊന്നും പരമേശ്വരൻ നമ്പൂതിരിപ്പാടിന് തോന്നിയില്ല.

"രാമൻനായരേ, അവറാൻകുട്ടിയെ ഉടനെ കൂട്ടിക്കൊണ്ടുവരിക.."അദ്ദേഹം പറഞ്ഞു.

രാമൻനായർ ആളെ അയച്ച് അവറാൻകുട്ടിയെ വരുത്തി.

ഭഗവതി കുടിയിരിക്കുന്ന ഇല്ലത്ത് മുസ്ലീമിന് കയറാൻ പാടില്ലായിരുന്നു. അതുകൊണ്ട് അവറാൻകുട്ടി പടിപ്പുരയിൽ വന്നുനിന്നു.

കുഞ്ചുവിനെ താങ്ങിയെടുത്ത് പടിക്കലെത്തിച്ചു.

അവറാൻകുട്ടി പരിശോധിച്ചു. ചികിത്സയും നിർദ്ദേശിച്ചു.

"നാലാം തമ്പുരാൻ വേഗം സുഖപ്പെടും.." അവറാൻകുട്ടി തുടർന്നു "ഒട്ടും പേടിക്കാനില്ല സമാധാനിക്കണം.."

അവറാൻകുട്ടി നിർദ്ദേശിച്ചതുപോലെ ചികിത്സ മുറയ്ക്ക് നടത്തി.

ആ നാട് മുഴുവൻ കുഞ്ചുവിന് വേണ്ടി പ്രാർഥിച്ചു.

രണ്ടുമൂന്ന് ദിവസം കഴിഞ്ഞപ്പോൾ കുഞ്ചുവിന്റെ നിലയിൽ മാറ്റം കണ്ടുതുടങ്ങി. ഏതാനും ദിവസങ്ങൾക്കുള്ളിൽ കുഞ്ചു പൂർണസുഖം കൈവരിച്ചു.

വിഷ്ണുദത്ത അന്തർജ്ജനം കണ്ണ്തുടച്ച് കുഞ്ചുവിനെ വാരിപ്പുണർന്നു.

"രാമൻനായരേ, ആദ്യപരീക്ഷണത്തിൽ നാലാം തമ്പുരാൻ വിജയിച്ചു.." പരമേശ്വരൻ നമ്പൂതിരിപ്പാട് പറഞ്ഞു.

"എല്ലാ പരീക്ഷണങ്ങളും കുഞ്ചു അതിജീവിക്കും."- രാമൻനായർ കൂട്ടിച്ചേർത്തു.

അരയിൽ പൊടിപ്പ് വച്ച വെള്ളച്ചരടിൽ കോർത്ത സ്വർണ്ണ ഏലസ്സ്. കഴുത്തിൽ സ്വർണ്ണത്തിന്റെ പുലിനഖ മോതിരങ്ങൾ. തലയിൽ കുടുമ. ദേഹം നിറയെ ഭസ്മക്കുറി...

കുഞ്ചുവിന്റെ അസാധാരണത്വം ചെറുപ്പംതൊട്ടേ പ്രകടമായിരുന്നു. മറ്റുള്ള കുട്ടികളിൽ നിന്നും തീർത്തും ഭിന്നമായ രീതിയിലുള്ള പെരുമാറ്റം. സംസാരത്തിലും വശ്യത. മുഖത്ത് ആവശ്യത്തിൽ കവിഞ്ഞ ഗൗരവം.

ഓടാനും ചാടാനും കുഞ്ചു മിടുക്കനാണ്.

ഉയരം കുറഞ്ഞ ഇടമതിലുകൾ ചാടിക്കടക്കുക... ഇറക്കുപടികൾ ഓടിച്ചാടിയിറങ്ങുക... കുന്തിപ്പുഴയുടെ കരയിലെ പഞ്ചാരമണലിൽ 'മുതല ഓടി" കളിക്കുക..... ഇങ്ങനെ കുഞ്ചുവിന്റെ വിനോദങ്ങൾ നീണ്ടുനീണ്ടു പോകുന്നു.

രേവതി നക്ഷത്രത്തിലാണ് കുഞ്ചു ജനിച്ചത്.

കുഞ്ചുവിന് ജ്യോത്സ്യൻ ജാതകം കുറിച്ചു.

ജാതകമെഴുതിക്കഴിഞ്ഞപ്പോൾ ജോത്സ്യന്റെ മുഖത്ത് വിഷാദം നിഴലിച്ചു.

"എരവതി എരക്കും..." എന്നാണ് പഴഞ്ചൊല്ല്.

രേവതി നക്ഷത്രത്തിൽ ജനിച്ചവൻ ഇരക്കേണ്ടി വരും.

ജ്യോത്സ്യന്റെ പ്രവചനം കേട്ട് പരമേശ്വരൻ നമ്പൂതിരിയും വിഷ്ണുദത്തയും വിങ്ങിക്കരഞ്ഞു... ആറ്റു

നോറ്റുണ്ടായ നാലാംതമ്പുരാൻ .... സമ്പത്തും പ്രതാപവുമുള്ള ഇല്ലം. എന്നിട്ടും സന്തതി പിൽക്കാലത്ത് ഇരന്ന് ജീവിക്കേണ്ടിവരിക.

എങ്ങനെ സങ്കടപ്പെടാതിരിക്കും..?

ജ്യോത്സ്യൻ ഒന്നുകൂടി ജാതകം ഗണിച്ചശേഷം കൂട്ടിച്ചേർത്തു...

"എരവതി എരക്കും..., താനെരക്കും... തന്നോടെരക്കും... എന്നുകൂടി ഫലമുണ്ട്.."

3

കുടിയാൻമാരും മനുഷ്യരല്ലേ?

ഇല്ലത്തുള്ളവരുടെ സ്നേഹവാത്സല്യങ്ങളേറ്റുവാങ്ങിക്കൊണ്ട് കുഞ്ചു വളർന്നു.

ഉണ്ണികളെ നോക്കാൻ പ്രത്യേകം വേലക്കാരികളുണ്ടായിരുന്നു. നായർ വീടുകളിൽ നിന്നുള്ള ഈ വേലക്കാരികളെ 'ഇരിക്കണെമ്മ'മാരെന്നാണ് പറയുക. കുട്ടികളെ കുളിപ്പിക്കുക, എപ്പോഴും എടുത്ത് കളിപ്പിക്കുക, മുല കുടിക്കാനായാൽ അമ്മയുടെ സമീപത്ത് കൊണ്ടുചെന്നാക്കുക തുടങ്ങിയവ ഇരിക്കണെമ്മമാരാണ് ചെയ്യുക.

കുഞ്ചുവിന് നാല് വയസ്സ് കഴിഞ്ഞു.

മകനെ എഴുത്തിനിരുത്താനുള്ള ചടങ്ങുകളെപ്പറ്റി പിതാവ് ആലോചന തുടങ്ങി. കുഞ്ചു നാളെ വലിയവനായിത്തീരുമെന്ന് അദ്ദേഹത്തിനറിയാം.

അദ്ദേഹം നല്ല സംസ്കൃതപണ്ഡിതനാണ്. എങ്കിലും ഇംഗ്ലീഷ് ഭാഷ പഠിക്കാനും താൽപര്യമുള്ളവരെ പഠിപ്പിക്കാനും ശ്രദ്ധിച്ചിരുന്നു. നമ്പൂതിരി സമുദായക്കാർക്ക് ഇംഗ്ലീഷ് തൊട്ടുകൂടാത്ത ഭാഷയായിരുന്ന

കാലമാണത്. എന്നാൽ പരിഷ്കൃതാശയനായ പരമേശ്വരൻ നമ്പൂതിരിപ്പാട് കാലത്തിന്റെ വളർച്ച ഉൾക്കൊണ്ടു.

പുരോഗമന കാഴ്ചപ്പാട് വച്ചുപുലർത്തുമ്പോൾ തന്നെ നല്ല ഭരണം കാഴ്ചവയ്ക്കാനും അദ്ദേഹത്തിന് കഴിഞ്ഞു.

ഇല്ലത്തെ സ്വത്തുക്കൾ നാനാദേശങ്ങളിൽ പരന്നു കിടന്നിരുന്നു. എല്ലാം നോക്കി നടത്തുന്നത് കാര്യസ്ഥൻമാരാണ്. അവരെയെല്ലാം ശ്രദ്ധിക്കാനും നിയന്ത്രിക്കാനും പരമേശ്വരൻ നമ്പൂതിരിപ്പാടിന് കഴിഞ്ഞു.

കുഞ്ചുവിനെ ചെറുപ്പം തൊട്ടേ കുഴക്കിയ ചില പ്രശ്നങ്ങളുണ്ടായിരുന്നു. പരന്നു കിടക്കുന്ന പാടങ്ങളിലെ നെൻമണികൾ പത്തായങ്ങളിലെത്തിക്കുന്നത് കുടിയാൻമാരാണ്. പാടം കന്നുപൂട്ടിയൊരുക്കുന്നത് അവരാണ്. വിത്തിടുന്നതും കളപറിക്കുന്നതും നെല്ല് കൊയ്യുന്നതും എല്ലാം കീഴ്ജാതിയിൽപെട്ടവരാണ്. അവരുടെ കൈകൾ സ്പർശിച്ച നെല്ലും വാഴക്കുലയും തേങ്ങയും ചേനയും മറ്റും ഇല്ലത്തുപയോഗിക്കാൻ തടസ്സമില്ല. എന്നാൽ അവർക്കൊന്നും ഇല്ലത്ത് വരാൻ പാടില്ല. പടിപ്പുരയ്ക്കപ്പുറത്ത് മാറി നിൽക്കണം. കുനിഞ്ഞ് നിന്ന് സംസാരിക്കണം.

എന്തുകൊണ്ടാണിങ്ങനെ സംഭവിക്കുന്നത്?

കുടിയാൻമാരും മനുഷ്യരല്ലേ...?

അവർ തൊട്ടാൽ ഇല്ലം തകർന്നു വീഴുമോ?

വിശേഷദിവസങ്ങളിൽ അവർ എന്തൊക്കെയാണ് കാഴ്ചയായി കൊണ്ടുവരുന്നത്! കൂറ്റൻ വാഴക്കുലകൾ തണ്ടിലേറ്റി പടിക്കലെത്തിക്കുന്നു. വെള്ളരിക്കയും മത്തനും കുമ്പളങ്ങയും നട്ടുനനച്ചുണ്ടാക്കുന്നതും അവ

രാണ്. അവരുടെ വിയർപ്പ് പതിഞ്ഞ് വിളഞ്ഞതാണവയെല്ലാം.

അവർ പണിയെടുത്തുണ്ടാക്കുന്നത് തിന്നാം.

അവരെ തൊടാൻ പാടില്ല...!

ഇതെന്ത് നീതിയാണ്?

ഇത്തരം കാഴ്ചകൾ കണ്ട് മറ്റ് ഉണ്ണികൾ സന്തോഷിക്കുമ്പോൾ കുഞ്ചു ദുഃഖിക്കുകയായിരുന്നു.

കുഞ്ചുവിനെ എഴുത്തിനിരുത്താനുള്ള നാളടുത്തു.

പെട്ടെന്നാണ് ഇല്ലത്താകെ വിഷാദം പരത്തിക്കൊണ്ട് പരമേശ്വരൻ നമ്പൂതിരിപ്പാട് രോഗബാധിതനായത്.

വിഷ്ണുദത്ത അന്തർജ്ജനത്തിന് ഊണും ഉറക്കവും ഇല്ലെന്നായി.

കുഞ്ചുവും വിഷാദത്തിലാണ്ടു.

വിദഗ്ധ ചികിത്സ നടത്തി.

എന്നാൽ രോഗം അനുദിനം വർധിച്ച് വർധിച്ച് വന്നു.

ഒടുവിൽ കുഞ്ചുവിനെയും ഇല്ലത്തുള്ളവരെയും ദുഃഖത്തിലാഴ്ത്തിക്കൊണ്ട് പരമേശ്വരൻ നമ്പൂതിരിപ്പാട് അന്തരിച്ചു.

എഴുത്തിനിരുത്തി മകന്റെ ബുദ്ധിപരമായ കഴിവ് കാണാനുള്ള യോഗം അദ്ദേഹത്തിനില്ലാതെപോയി.

പരമേശ്വരൻ നമ്പൂതിരിപ്പാടിന്റെ വിയോഗം ദേശത്തെയാകെ ദുഃഖത്തിലാഴ്ത്തി.

അച്ഛന്റെ സംസ്കാരച്ചടങ്ങുകൾ വിധിയാംവണ്ണം കുഞ്ചുവും മറ്റു ബന്ധുക്കളും പൂർത്തിയാക്കി...

കുഞ്ചു ഒരു വർഷത്തെ ദീക്ഷ ആചരിച്ചു.

അച്ഛന്റെ മരണം അമ്മയെ വളരെയധികം ദുഃഖി

പ്പിച്ചുവെന്ന് കുഞ്ചുവിന് തോന്നി. അമ്മയുടെ ദേഹത്തുനിന്ന് ആഭരണങ്ങളെല്ലാം അപ്രത്യക്ഷമായി. നെറ്റിയിൽ സദാ ഭസ്മക്കുറി കാണായി. മറ്റുള്ളവരുടെ മുന്നിൽ പ്രത്യക്ഷപ്പെടുന്നതും കുറഞ്ഞു.

പിതാവിന്റെ ആഗ്രഹപ്രകാരംതന്നെ കുഞ്ചുവിനെ എഴുത്തിനിരുത്തി.

നിലത്തെഴുത്താണ് പഠിപ്പിച്ചത്.

ഗുരുനാഥൻ അച്യുതവാരിയർ.

ആ ഗുരുവിന് കുഞ്ചുവിനെപ്പറ്റി പറയാൻ ഏറെയുണ്ടായിരുന്നു. കുഞ്ചുവിന്റെ സൽസ്വഭാവം... പഠനത്തിലുള്ള താൽപര്യം... ഓർമ്മശക്തി... വിനയം... ഗുരുഭക്തി... കൃത്യനിഷ്ഠ... ആത്മവിശ്വാസം... ഇങ്ങനെ വിളയുടെ ഗുണം മുളയിൽ തന്നെ തിരിച്ചറിയാൻ കഴിഞ്ഞിരുന്നു.

കുഞ്ചുവിനോട് ഒരിക്കൽ പോലും ഗുരുവിന് ദേഷ്യപ്പെടേണ്ടി വന്നിട്ടില്ല.

ഗുരു പറയുന്നത് ശിരസാവഹിക്കുന്ന ശിഷ്യൻ.

സംസാരത്തിലുള്ള വിക്കൽ മാത്രമാണ് കുഞ്ചുവിന്റെ ഒരു ദോഷമായി ചൂണ്ടിക്കാട്ടാനുള്ളത്. ആ വിക്കൽ പഠനത്തെ ഒട്ടും തടസ്സപ്പെടുത്തിയതുമില്ല.

ജീവിതാവസാനം വരെ കുഞ്ചുവിന് ആ സ്വഭാവം നിലനിർത്തിക്കൊണ്ടുപോകുവാൻ സാധിച്ചു.

എഴുത്തിനിരുത്തിയ കാലത്തെപ്പറ്റി *ഇ എം എസ് ആത്മകഥയിൽ* അനുസ്മരിക്കുന്നുണ്ട്.....

> അഞ്ചാം വയസ്സിൽ എഴുത്തിനിരുത്തുകയാണ് പതിവ്. ഉടനെ മണലെഴുത്ത് തുടങ്ങും. പിന്നെ ഗണാഷ്ടകവും മുകുന്ദാഷ്ടകവും പഠിപ്പിക്കും.

തുടർന്ന് ഓലയിലും കടലാസ്സിലും എഴുതാൻ ശീലിപ്പിക്കും. എന്നാൽ ഇതൊന്നും എന്നെ പഠിപ്പിച്ചിരുന്നില്ല. പന്ത്രണ്ടാമത്തെയോ പതിമൂന്നാമത്തെയോ വയസ്സിലാണ് ഞാൻ ഗുണകോഷ്ഠം പഠിച്ചത്. എഴുതുന്നതിനെക്കുറിച്ച് പറയുകയാണെങ്കിൽ, നമ്പൂതിരി യോഗക്ഷേമസഭയുടെ വള്ളുവനാട് ഉപസഭയുടെ സിക്രട്ടറിയായി തിരഞ്ഞെടുക്കപ്പെട്ടതിൽപിന്നെ അതിന്റെ നോട്ടീസ്, മിനുട്ട്സ് മുതലായവയാണ് ഞാനാദ്യം എഴുതിയത്...

എഴുത്തിനിരുത്തി രണ്ടുവർഷം കഴിഞ്ഞപ്പോൾതന്നെ കുഞ്ചു സംസ്കൃതം പഠിച്ചുതുടങ്ങി. ആദ്യം കാവ്യമാണ് പഠിച്ചത്. *ശ്രീരാമോദന്തത്തിലെ കുറേ ശ്ലോകങ്ങൾ, ശ്രീകൃഷ്ണവിലാസം, കുമാരസംഭവം, മാഘം, ഭോജചമ്പു, ഭാരതചമ്പു* എന്നിവയും തുടർന്ന് പഠിച്ചു. ഇതിനുവേണ്ടി ഗ്രന്ഥാക്ഷരവും നാഗരാക്ഷരവും പഠിച്ചു. ഇങ്ങനെ ഒമ്പതു വയസ്സായപ്പോൾതന്നെ മലയാളം, ഗ്രന്ഥം, നാഗരം എന്നീ മൂന്നു ലിപികൾ നന്നായി വായിക്കാൻ കുഞ്ചുവിന് കഴിഞ്ഞു.

കുഞ്ചുവിന്റെ പഠിപ്പ് ഇല്ലത്തും പുറത്തും ഒരു സംസാരവിഷയമായിരുന്നു.

ഇത്ര ചെറുപ്രായത്തിൽ ഭംഗിയായി കാവ്യം ചൊല്ലുകയും അർഥം വിവരിക്കുകയും ചെയ്യുന്ന ഒരു കുട്ടിയെ നാട്ടുകാർ ആദ്യമായി കാണുകയായിരുന്നു.

അതെ...., ഇ എം എസിനെപോലുള്ള ഒരു നേതാവിനെ കേരളീയരും ആദ്യമായി കാണുകയായിരുന്നു.

4

എനിക്കൊരു പൊതുപ്രവർത്തകനാകണം

കുഞ്ചുവിന്റെ സംസ്കൃതഗുരു പള്ളിശ്ശേരി നമ്പൂതിരിയാണ്. പഠനം ഗുരുവിന്റെ വീട്ടിൽ താമസിച്ചായിരുന്നു.

ഏലംകുളം മനയിൽനിന്നും പള്ളിശ്ശേരി ഇല്ലത്തെത്തിയപ്പോൾ കുഞ്ചു ഒരു പുതിയ ലോകം കാണുകയായിരുന്നു.

ഏലംകുളത്തുള്ളവർ പുറത്തിറങ്ങുമ്പോൾ അയിത്തക്കാരെ വഴിയിൽ നിന്നോടിക്കാൻ ഭൃത്യന്മാർ മുമ്പിൽ നടക്കുന്നുണ്ടാകും. ഭൃത്യന്മാർ ശബ്ദമുണ്ടാക്കി വഴി ശുദ്ധി വരുത്തും. പള്ളിശ്ശേരിയിൽ ഇങ്ങനെയൊന്നുമില്ല. ഗുരുവിന്റെ വീട്ടിൽ വാല്യക്കാരുടെയും വേലക്കാരുടെയും പടയുമില്ല. അതിനുതക്ക സാമ്പത്തിക സ്ഥിതി ഗുരുവിനുണ്ടായിരുന്നില്ല.

ശിഷ്യന്മാർ എന്നും കാലത്തുണരും. കുളത്തിൽ ചെന്ന് മുങ്ങിക്കുളിച്ച് പ്രാർഥന നടത്തണം.

കുഞ്ചു കുളിക്കാൻ പോകുമ്പോൾ കിടന്ന പായയും ചുരുട്ടി കൈയിലെടുക്കും. സ്വന്തം പായ താൻ തന്നെ കഴുകിവെക്കുന്ന ശീലം. ഈ ശീലത്തിന്റെ

പിന്നിൽ ഒരു രഹസ്യമുണ്ടായിരുന്നു. കുഞ്ചുവിന് രാത്രിയിൽ മൂത്രമൊഴിക്കുന്ന ശീലമുണ്ട്. ആ രഹസ്യം മറ്റുള്ളവരെ അറിയിച്ചിരുന്നില്ല. തന്റെ ദുഷ്യം അന്യരെ അറിയിക്കുന്നതെന്തിന്?

സ്വന്തം പായ മറ്റുള്ളവരെക്കൊണ്ട് കഴുകിക്കരുതെന്ന ചിന്തയും കുഞ്ചുവിനുണ്ടായിരുന്നു.

ഒരു ദിവസം കുഞ്ചു പായയും ചുരുട്ടിപ്പിടിച്ച് കുളക്കടവിലേക്ക് നീങ്ങുന്നത് ഗുരുനാഥൻ കണ്ടു.

"കുഞ്ചൂ, എന്താ ഇത് കൈയിൽ...?" ആദ്ദേഹം ചോദിച്ചു.

"അത്.... കിടന്ന പായയാണ്. തന്നത്താൻ കഴുകി വെക്കാമെന്ന് വച്ചു...."

"ഇല്ലത്ത് പായ കഴുകാൻ വേലക്കാരില്ലാഞ്ഞിട്ടാണോ കുഞ്ചു ഈ പണി ചെയ്യുന്നത്?"

"അകത്തുള്ളവരെ ബുദ്ധിമുട്ടിക്കുന്നതെന്തിന്?"

"അകത്തുള്ളവർക്ക് ബുദ്ധിമുട്ടോ...? എന്താ കുഞ്ചു പറയണത്...? ഏലംകുളത്തിന്റെ പ്രതാപം എല്ലാവർക്കുമറിയുന്നതല്ലേ?"

"തന്നത്താൻ ചെയ്യുന്നതിൽ ഒരു വിഷമവുമില്ല..."

"കുഞ്ചു ഇനി മുതൽ പായ കഴുകരുത്..."

ഒടുവിൽ കുഞ്ചു പായ കഴുകുന്നതിന്റെ രഹസ്യം ഗുരുനാഥനെ അറിയിച്ചു. ഗുരുനാഥൻ കൂടുതൽ സ്നേഹത്തോടെ കുഞ്ചുവിനെ ആ പ്രവൃത്തിയിൽ നിന്നും വിലക്കി. മാത്രമല്ല, അടുക്കള ഭാഗത്ത് ചെന്ന് അന്തർജ്ജനത്തെ ശകാരിക്കുകയും ചെയ്തു.

ഇതിൽ സ്ത്രീകൾ കുറ്റക്കാരായിരുന്നില്ല.

കുഞ്ചു തന്നത്താൻ പായ കഴുകുന്നത് അവരാരും അറിഞ്ഞിരുന്നില്ല.

കുഞ്ചുവിന് ചെറുപ്പത്തിലേ കഥകളി വലിയ ഇഷ്ടമായിരുന്നു. ഇല്ലത്തും പരിസരങ്ങളിലും കഥകളി നടക്കുമ്പോൾ കുഞ്ചു മുന്നിൽ ഹാജരുണ്ടാവും. തിളങ്ങുന്ന മുടിയും ഉടുത്തുകെട്ടും ആ ബാലമനസിൽ കൗതുകം വിടർത്തും. ചെണ്ടമേളവും പാട്ടുമാണ് ഏറെ ആകർഷിച്ചത്. സമപ്രായക്കാരെ കൂട്ടി കഥകളി കളിക്കുന്നത് കുഞ്ചുവിന്റെ വിനോദമാണ്. പാട്ടുകാരനായും ചെണ്ടക്കാരനായും അഭിനയിക്കുന്നത് കുഞ്ചുതന്നെയാ

കും. കഥകളിപ്പാട്ട് ഈണത്തിലും ഭാവത്തിലും ചൊല്ലാൻ കുഞ്ചുവിന് കഴിഞ്ഞിരുന്നു.

സംസ്കൃതപഠനത്തിനിടയിൽത്തന്നെ സമാന്തരമായ മറ്റൊരു പഠനം കുഞ്ചു സ്വയം നടത്തിയിരുന്നു. മലയാളപത്രങ്ങളും പുസ്തകങ്ങളും വായിക്കുകയെന്ന വിദ്യാഭ്യാസമാണത്. പുസ്തകപാരായണത്തിലുള്ള അഭിരുചി നാൾക്കുനാൾ പുഷ്ടിപ്പെടുത്തിക്കൊണ്ടുവന്നു. അച്ചടിച്ചു കാണുന്നതെല്ലാം വായിക്കുന്ന ശീലം വളർന്നു. നാനാതുറകളിലുള്ള മലയാളഗ്രന്ഥങ്ങൾ കുഞ്ചു വായിച്ചു തീർത്തു.

വായനയിലൂടെ കുഞ്ചുവിന്റെ ബോധമണ്ഡലം വികസിക്കുകയായിരുന്നു.

സ്വദേശാഭിമാനി രാമകൃഷ്ണപിള്ളയുടെ *വൃത്താന്തപത്രപ്രവർത്തനം* പതിമൂന്നാം വയസ്സിൽ തന്നെ കുഞ്ചു വായിച്ചുതീർത്തു.

ഇതിന്റെയൊക്കെ ഫലമായി കുഞ്ചുവിന്റെ മനസിൽ ചില ആഗ്രഹങ്ങൾ തളിരിട്ടു.

എനിക്കൊരു പത്രാധിപരാവണം.

എനിക്കൊരു പൊതുപ്രവർത്തകനാവണം.

ഈ രണ്ടാഗ്രഹങ്ങളും പൂവണിഞ്ഞു.

കുഞ്ചു വളർന്നുവലുതായി *ദേശാഭിമാനി*യുടെ പത്രാധിപരായിത്തീർന്നു...

കേരളീയരെല്ലാം അംഗീകരിക്കുന്ന പൊതുപ്രവർത്തകനായി മാറാനും കുഞ്ചുവിന് കഴിഞ്ഞു.

ഭാവിയെക്കുറിച്ച് സ്വപ്നം കണ്ടു വളർന്ന കുഞ്ചു. നാടിനെക്കുറിച്ചും ജനങ്ങളെക്കുറിച്ചുമുള്ള സുന്ദരമായ സ്വപ്നം......

5

ഹൈസ്കൂളിലേക്ക്

"**അ**മ്മേ, എനിക്കും സ്കൂളിൽ പഠിക്കണം"– ഒരു ദിവസം കുഞ്ചു പറഞ്ഞു.

വളരെ നാളായുള്ള ആഗ്രഹമാണിത്. സ്കൂളിലും കോളേജിലും പഠിച്ച് വലിയ ബിരുദം നേടണമെന്ന് കുഞ്ചുവും മോഹിച്ചു.

യോഗക്ഷേമസഭയുടെ ഉപസഭാ സിക്രട്ടറിയായി കുഞ്ചുവിനെ തിരഞ്ഞെടുത്തതോടെ അവനിൽ പല മാറ്റങ്ങളുമുണ്ടായി. പൊതുബന്ധങ്ങൾ വളർന്നു. പൊതുബോധം വികസിച്ചു.

സ്കൂളിൽ പഠിച്ചാലേ മുന്നോട്ടുള്ള നീക്കത്തിന് ശക്തിയുണ്ടാവൂ.

കുഞ്ചുവിന്റെ വാക്ക് കേട്ട് അമ്മ ആദ്യമൊന്നമ്പരന്നു.

അടുത്ത ക്ഷണത്തിൽ അമ്പരപ്പ് മാറി. കുഞ്ചുവിന്റെ വളർച്ചയും പ്രത്യേകതയും ആ അമ്മയും ശ്രദ്ധിക്കുന്നുണ്ടായിരുന്നു.

ഗുരുനാഥന്റെ വാക്കുകൾ അവരുടെ ചെവിയിലുണ്ട്.

"കുഞ്ചുവിനെ കയറില്ലാതെ കെട്ടിയിടാനൊന്നും ആവില്ല. വായിക്കാനും പഠിക്കാനും നല്ല താൽപര്യമുണ്ട്."

അമ്മ മകനെ അടിമുടി നോക്കി. ഇലക്കോണകമുടുത്ത് ഓടിച്ചാടുന്ന കൊച്ചുകുട്ടിയല്ല മുന്നിൽ നിൽക്കുന്നത്.

ഇവൻ വലുതായി. വയസ്സ് പതിനഞ്ച് കഴിഞ്ഞു.

"എന്താ അമ്മേ ആലോചിക്കുന്നത്?"

കുഞ്ചുവിന്റെ ചോദ്യം അമ്മയെ ചിന്തയിൽ നിന്നുണർത്തി. അവർ മകന്റെ കണ്ണുകളിൽ ഉറ്റു നോക്കി. അവിടെ അസാധാരണ തിളക്കം. മുഖത്ത് ആത്മവിശ്വാസം സ്ഫുരിക്കുന്നു. ശബ്ദത്തിലും യുവത്വത്തിന്റെ പരുപരുപ്പ്.

ആദ്യം പ്രസവിച്ച രണ്ട് മക്കൾക്ക് ആയുസ്സില്ലാതെ പോയി. മൂന്നാമത് പിറന്ന പരമേശ്വരൻ വേണ്ടത്ര ബുദ്ധിയില്ലാത്തവനുമായി. കൊതിച്ചും പ്രാർഥിച്ചും കിട്ടിയ മകനാണ് കുഞ്ചു, മിടുക്കും ബുദ്ധിയുമുള്ളവൻ. പ്രായത്തിൽ കവിഞ്ഞ പാകത പുലർത്തുന്നവൻ.

ആ അമ്മക്ക് സന്തോഷം തോന്നി.

എങ്കിലും ചെറിയ പ്രയാസവും...

വേദത്തിന്റെ പുറത്തേക്കാണ് കുഞ്ചു പോകാനാഗ്രഹിക്കുന്നത്. തീണ്ടലും തൊടീലും ഒന്നും വകവെക്കാതെ അന്യജാതിക്കാരുടെ കൂടെ മുട്ടിമുട്ടിയിരുന്നുള്ള പഠിപ്പ്...

അതോർക്കുമ്പോൾ വല്ലാത്ത വിഷമം.

തൊട്ടു തീണ്ടുന്നത് കുലത്തിന് ചേർന്നതാണോ?

"സ്കൂളിൽ ചേർന്നാൽ തീണ്ടല് ബാധിക്കുമെന്നുള്ള പേടിയാണോ?"– കുഞ്ചു ചോദിച്ചു.

അമ്മയ്ക്ക് ആശ്ചര്യം തോന്നി.

മനസ്സിൽ തോന്നിയത് ഇവനെങ്ങനെയറിഞ്ഞു?

കുഞ്ചുവിന്റെ തലയിൽ കെട്ടിവച്ച കുടുമയിലും.... ഖദർ മുണ്ടിലും ഞാന്നു കിടക്കുന്ന പൂണൂലിലും അമ്മ മാറിമാറി ശ്രദ്ധിച്ചു.

"അമ്മേ.., എനിക്ക് പഠിക്കണം. സ്കൂളിൽ

പോയിത്തന്നെ പഠിക്കണം"- കുഞ്ചു തറപ്പിച്ചു പറഞ്ഞു.

ഇല്ലത്ത് ഇതൊരു വലിയ പ്രശ്നമായി.

കുഞ്ചുവിന് സ്കൂളിൽ പഠിക്കണം....!

അന്യജാതിക്കാരുടെ കൂടെ തൊട്ടുതീണ്ടി കഴിയണംപോലും...

ആരും അനുകൂലമായി പ്രതികരിക്കാതിരുന്നപ്പോൾ കുഞ്ചുവിനും വാശി കയറി.

കുഞ്ചു ഊണ് കഴിക്കാൻ ചെന്നില്ല.

സ്കൂളിൽ ചേർക്കില്ലെങ്കിൽ ഊണും വേണ്ട...

കുഞ്ചു ഒരേ ശാഠ്യം.

ഒടുവിൽ പ്രശ്നം ഗുരുനാഥന്റെ അടുക്കലെത്തി. ഗുരുനാഥനെ കുഞ്ചു ധിക്കരിക്കില്ലെന്ന് എല്ലാവർക്കുമറിയാം.

ഗുരുനാഥൻ സമ്മതിച്ചാൽ അതുപോലെ ചെയ്യാമെന്ന് അമ്മ പറഞ്ഞു.

കുഞ്ചു ഗുരുനാഥൻ പള്ളിശ്ശേരി നമ്പൂതിരിയുടെ മുന്നിൽ ചെന്നുനിന്നു.

"എന്താ കുഞ്ചൂ പ്രശ്നം?"- അദ്ദേഹം ചോദിച്ചു.

"എനിക്ക് സ്കൂളിൽ പഠിക്കണം"- കുഞ്ചു തുടർന്നു.. "ഇല്ലത്തുള്ളവർക്ക് സമ്മതമില്ല..... അങ്ങ് സമ്മതിച്ചാൽ..... അവർ എതിർക്കില്ല."

ഗുരുനാഥൻ ചിരിച്ചു.

കുഞ്ചുവിനെക്കുറിച്ച് അദ്ദേഹത്തിന് അഭിമാനം തോന്നി. സ്കൂളിൽ പഠിക്കണമെന്ന് തന്നത്താൻ തീരുമാനിക്കുന്ന ശിഷ്യൻ.....!

നരച്ച രോമങ്ങളിൽ വിരലോടിച്ചുകൊണ്ട് അദ്ദേഹം

പറഞ്ഞു: "ആവാം. കുഞ്ചുവിന്റെ ഇഷ്ടം അതാണെങ്കിൽ അങ്ങനെതന്നെ ആവാം. അതിൽ തെറ്റില്ല...."

കുഞ്ചു സന്തോഷത്തോടെ ഗുരുനാഥന്റെ കാൽക്കൽ വീണു. ആനന്ദക്കണ്ണീർകൊണ്ട് ഗുരുവിന്റെ പാദം കഴുകി.

ഗുരുനാഥൻ കുഞ്ചുവിനെ പിടിച്ചെഴുന്നേൽപ്പിച്ചു. രണ്ടുകൈയും തലയിൽ വെച്ചനുഗ്രഹിച്ചു...

"നന്നായി വരും. കുഞ്ചു പഠിച്ച് നന്നായി വരും..."

കുഞ്ചു ഗുരുവിന്റെ മുഖം ശ്രദ്ധിച്ചു. നരബാധിച്ച താടിയും മുടിയും. നിശ്ചയദാർഢ്യം സ്ഫുരിക്കുന്ന മിഴികൾ.

ഗുരുനാഥന്റെ കുടുംബം അഗ്നിഹോത്രിയുടെ കുടുംബമാണ്.

മേഴത്തോൾ അഗ്നിഹോത്രിയുടെ കഥ കുഞ്ചു കേട്ടിട്ടുണ്ട്.

വരരുചിയുടെ മകനാണ് അഗ്നിഹോത്രി. വിശിഷ്ടനായ ബ്രാഹ്മണൻ.

വരരുചിയുടെ ഭാര്യ പറയ സ്ത്രീയായിരുന്നു...

അവർക്ക് പന്ത്രണ്ടുമക്കൾ. പറയിപെറ്റ പന്തിരുകുലം...!

പന്ത്രണ്ടു ജാതിയിൽ പെട്ട മക്കൾ... സങ്കരകുലം.

ഒരേ അമ്മയിൽ വിഭിന്ന ജാതിയിൽപെട്ടവരുണ്ടായതെങ്ങനെ? ജാതിഭേദം എന്നൊന്നില്ലെന്നല്ലേ ഇത് സൂചിപ്പിക്കുന്നത്?

ഉയർന്ന ജാതിക്കാർക്ക് യാഗവും പൂജയും നടത്താം. താഴ്ന്നവർക്ക് ഇതൊന്നും പാടില്ല... എന്തുകൊണ്ട്?

കർമ്മമാണോ കുലമാണോ പ്രധാനം?

കടങ്കഥപോലെ ഇത്തരം ചോദ്യങ്ങൾ കുഞ്ചുവിന്റെ മനസിൽ ചുറ്റിത്തിരിഞ്ഞു.

ഇങ്ങനെ സമൂഹത്തെക്കുറിച്ച് അസ്വസ്ഥത പൂണ്ട മനസുമായാണ് കുഞ്ചു പെരിന്തൽമണ്ണ ഹൈസ്കൂളിൽ ചേർന്നത്.

6

വിക്കിനെ മറികടക്കുന്നു

പെരിന്തൽമണ്ണ അങ്ങാടിപ്പുറം ഹൈസ്കൂളിൽ തേഡ് ഫോറത്തിലാണ് കുഞ്ചു ചേർന്നത്.

ഏലംകുളത്ത് തുള്ളിച്ചാടിക്കളിച്ചിരുന്ന കുഞ്ചു ഒരു പുതിയ ലോകത്തെത്തി. തൊടലില്ലാത്ത, തീണ്ടലില്ലാത്ത, ലോകം.

മാമൂൽവാദത്തിന്റെ ഇരുളിൽ നിന്നും വിമോചനത്തിന്റെ വെളിച്ചത്തെത്തിയതുപോലെ.

ഗുരുനാഥന്റെ വീട്ടിൽ താമസിച്ചുള്ള പഠനം മാത്രമേ കുഞ്ചുവിന് പരിചയമുള്ളൂ. സംസ്കൃതത്തിലൊതുങ്ങുന്ന പഠനം.

ഇപ്പോഴിതാ ക്ലാസ്സുമുറികളിലുള്ള പഠനം.

വിവിധ ജാതികളിലും പ്രായത്തിലും പെട്ട കുട്ടികൾ.

ഏലംകുളത്ത് ജാതി വ്യവസ്ഥകൾക്കും ആചാരങ്ങൾക്കും അനുസരിച്ച് ജീവിതം ഒതുങ്ങി നീങ്ങുകയായിരുന്നു.

ഇവിടെ ആചാരങ്ങളോ ചട്ടക്കൂടുകളോ ഇല്ല.

എല്ലാവരും മനുഷ്യക്കുട്ടികൾ. പഠിപ്പിക്കാനും മനുഷ്യരായ അധ്യാപകർ!

കുഞ്ചുവിന്റെ മനസ്സ് തുടികൊട്ടുകയായിരുന്നു. ഏറെക്കാലമായി കൊതിച്ചിരുന്ന ഒരു സാഹചര്യത്തി ലെത്തിപ്പെട്ടതുപോലെ. കുട്ടിക്കാലംതൊട്ടേ കണ്ടും കേട്ടും അനുഭവിച്ച ദുരാചാരങ്ങളോട് വിടപറയുമ്പോ ഴുള്ള ആനന്ദം കുഞ്ചുവിനെ ആട്ടിയുലയ്ക്കുകയായി രുന്നു.

അധ്യാപകരുടെ വേഷവും കുഞ്ചുവിനെ ആകർഷിച്ചു. സംസ്കൃതം പഠിപ്പിച്ച ഗുരുവിൽ നിന്നും തീർത്തും ഭിന്നമായ വേഷം. പാന്റും കോട്ടും. ചിലർക്ക് ടൈയും. ഹെഡ്മാസ്റ്റർക്ക് കസവ് തലപ്പാവുമുണ്ട്. അറബി പഠിപ്പിക്കുന്ന അലി മാസ്റ്റർക്കാണെങ്കിൽ മുണ്ടും ഫുൾക്കൈ ഷർട്ടുമാണ്. സംസ്കൃതം പഠിപ്പിക്കുന്ന കണ്ണൻനായർക്ക് മുണ്ടും മുറിക്കൈയൻ കുപ്പായവും.

പഠിപ്പിക്കുന്ന രീതിയിലും വ്യത്യാസമുണ്ട്. മലയാളം പഠിപ്പിക്കുന്ന രാമൻമാസ്റ്റർ ഫലിതരസികനാണ്. തച്ചോളി ഒതേനനെപ്പറ്റി അദ്ദേഹം ക്ലാസ്സെടുക്കുമ്പോൾ ആ ഭാഗം അഭിനയിച്ചുകാട്ടും. കഥാപാത്രം ചിരിക്കുമ്പോൾ മാസ്റ്ററും ചിരിക്കും. അലറുമ്പോൾ അലറും. രാമൻമാസ്റ്ററുടെ ക്ലാസ്സ് കുട്ടികൾക്ക് ഒരു ഹരമായിരുന്നു. എല്ലാ വിഷയവും രാമൻ മാസ്റ്റർ തന്നെ എടുത്തെങ്കിലെന്ന് കുട്ടികൾ ആഗ്രഹിച്ചിരുന്നു.

ഡ്രോയിംഗ് നിർബന്ധമായിരുന്നു. പിഷാരടി മാസ്റ്ററാണ് ഡ്രോയിംഗ് പഠിപ്പിച്ചത്. കുഞ്ചുവിന് ഏറ്റവും ബുദ്ധിമുട്ടുള്ള വിഷയം ഡ്രോയിംഗായിരുന്നു. എത്ര ശ്രമിച്ചാലും നല്ല ചിത്രം വരക്കാൻ കുഞ്ചുവിന് കഴിഞ്ഞിരുന്നില്ല. രാമൻ മാസ്റ്റർ ആനയെ വരയ്ക്കാൻ നിർദ്ദേശിക്കും. കുഞ്ചു പെൻസിലെടുത്ത് ഡ്രോയിംഗ് ബുക്കിൽ വര തുടങ്ങും. എത്ര വരച്ചാലും അതിന് ആനയുടെ രൂപമുണ്ടാകാറില്ല. ആകപ്പാടെ ഒരു വൃത്തമുണ്ടാകും.

“ഇതെന്താ നമ്പൂതിരിപ്പാടേ..... ആന എവിടെപ്പോയി?”– പിഷാരടി മാസ്റ്റർ കളിയാക്കും.

കുഞ്ചു മറുപടി പറയാതെ തലകുനിച്ചിരിക്കും. ആ ചിത്രം നോക്കി അടുത്തിരിക്കുന്ന കുട്ടികളും ചിരിക്കും.

കുഞ്ചുവും ഉള്ളാലെ ചിരിക്കും.

ആനയെ വരയ്ക്കാനായില്ലെങ്കിലും ആനയെക്കുറിച്ചുള്ള വിവരങ്ങൾ മറ്റുള്ളവരെക്കാൾ കുഞ്ചുവിനറിയാമായിരുന്നു.

ക്ലാസ്സിൽ മറ്റൊരു കാര്യത്തിലും കുഞ്ചുവിന് പരിഹാസം ഏറ്റുവാങ്ങേണ്ടിവന്നു. സംസാരിക്കുമ്പോഴുള്ള വിക്കിന്.

അധ്യാപകന്റെ ചോദ്യങ്ങൾക്ക് ഉത്തരം പറയുമ്പോൾ വിക്ക് ഓടിയെത്തും. വളരെ വിഷമിച്ചാലേ ഉത്തരം പറയാനാകൂ. ആദ്യമാദ്യം കുട്ടികളെല്ലാം പൊട്ടിച്ചിരിക്കുമായിരുന്നു. എന്നാൽ ക്രമേണ അവർ ചിരി നിർത്തി. ഒരുതരം സഹാനുഭൂതി എല്ലാവരിലും ഉടലെടുത്തു. കുഞ്ചു ഉത്തരം പറയുന്നത് കേൾക്കാൻ എല്ലാവരും ചെവി കൂർപ്പിച്ചു.

കുഞ്ചു ആരെയും ഭയന്നില്ല.

വിക്ക് ഒരു വൈകല്യമായി കണക്കാക്കിയതേയില്ല.

വിക്കിനെ മറികടന്ന് അക്ഷരശ്ലോക സദസ്സുകളിൽ പോലും കുഞ്ചു പങ്കെടുത്തു. കുഞ്ചുവിന്റെ അക്ഷര സ്ഫുടതയും ആലാപന രീതിയും എല്ലാവരേയും വശീകരിച്ചു.

സ്കൂളിൽ ഓരോ വിഷയം പഠിപ്പിക്കാനും ഓരോ അധ്യാപകൻ വന്നതും പുതുമയുള്ളതായിരുന്നു.

ഇംഗ്ലീഷും കണക്കും ചരിത്രവുമെല്ലാം കുഞ്ചു നന്നായി പഠിച്ചു.

പഠനത്തിലെന്നതുപോലെ പാഠ്യാനുബന്ധ പ്രവർത്തനങ്ങളിലും കുഞ്ചു മുൻപന്തിയിലായിരുന്നു. കൈയെഴുത്തുമാസികയിൽ സ്ഥിരമായി ലേഖനമെഴു

തുന്നത് കുഞ്ചു മാത്രമായിരുന്നു. സ്കൂൾസാഹിത്യ സമാജത്തിലും നിറഞ്ഞ സാന്നിധ്യമായി കുഞ്ചു മാറി.

കുഞ്ചുവിന്റെ പഠനരീതിക്കുമുണ്ടായിരുന്നു പ്രത്യേകത. മുഷിഞ്ഞിരുന്ന് ക്ലാസ്സ്പുസ്തകം മനഃപാഠമാക്കുന്ന ശീലം കുഞ്ചുവിനില്ല. അധ്യാപകൻ ക്ലാസ്സിൽ പറയുന്നത് ശ്രദ്ധിച്ചിരുന്നു കേൾക്കും. കുഞ്ചുവിന് ഇതു തന്നെ ധാരാളം. പരീക്ഷാകാലമായാൽ പുസ്തകങ്ങൾ ഒന്നോടിച്ചുനോക്കും. റിസൽട്ട് വരുമ്പോൾ ഒന്നാംസ്ഥാനത്ത് കുഞ്ചുവിന്റെ പേരുണ്ടാകും. മറ്റു സമയങ്ങളിൽ പത്രങ്ങളും പുസ്തകങ്ങളും വായിക്കും. വായനയിലൂടെ അറിവിന്റെ ലോകം വിപുലപ്പെടുത്തും. ചെറുപ്പത്തിലുണ്ടായ ഈ ശീലം മരിക്കുന്നതുവരെ അദ്ദേഹം നിലനിർത്തി.

കുഞ്ചുവിന്റെ ദിവസം അതിരാവിലെ തുടങ്ങും. ഉണർന്ന ഉടൻ പല്ല്തേപ്പും പ്രാഥമിക കാര്യങ്ങളും കഴിക്കും. പിന്നെ കുളിയാണ്. രാവിലെ ചായയും കാപ്പിയും കഴിക്കുന്ന ശീലമില്ല. സ്കൂളിൽ പോകാനാകുന്നതു വരെ എഴുതുകയും വായിക്കുകയും ചെയ്യും. പിന്നെ ഊണ്. ഊണിന് നല്ല കറി വേണമെന്നൊന്നും നിർബന്ധമില്ല. എത്ര മോശം കറിയായാലും വയറ് നിറയെ ഉണ്ണും. ഉണ്ടെണീറ്റാൽ ഉടനെ സ്കൂളിലേക്ക് യാത്രയാവും. കുഞ്ചുവിനെ ചുറ്റിപ്പറ്റി നടക്കാൻ മറ്റു കുട്ടികൾക്കും ഇഷ്ടമാണ്. കുഞ്ചുവിൽ നിന്ന് എന്തൊക്കെയോ കിട്ടാനുണ്ടെന്ന തോന്നൽ അവർക്കുണ്ടായിരുന്നു. ഉച്ചയ്ക്ക് ഭക്ഷണമൊന്നും കഴിക്കില്ല. ചുക്ക് വെള്ളം കുടിക്കും. വൈകുന്നേരം സ്കൂൾ വിട്ട് വന്നാലും പ്രത്യേകിച്ചൊന്നും കഴിക്കില്ല. രാത്രി നേരത്തെ ഊണ് കഴിക്കും. ഇങ്ങനെ രണ്ടുനേരത്തെ

ഊണും ചുക്കുവെള്ളവും കൊണ്ട് കുഞ്ചുവിന്റെ ഒരു ദിവസത്തെ ആഹാരം പൂർത്തിയാകും. വളർന്ന് വലുതായതിനുശേഷം ഈ സ്വഭാവത്തിന് മാറ്റമുണ്ടായി. ചായ കഴിക്കുന്നത് ശീലമായി. രാത്രി വളരെ സമയം ഉറക്കമിളച്ച് വായിക്കുന്ന ശീലവും കുഞ്ചുവിനില്ല.

പരുപരുത്ത ഖദർവസ്ത്രമാണ് കുഞ്ചു ധരിക്കുക.

ക്ലാസ്സിൽ അധ്യാപകരുടെ എല്ലാ ചോദ്യങ്ങൾക്കും ഉത്തരം പറയാൻ കഴിയുന്ന ഒരേയൊരു കുട്ടിയേ ഉണ്ടായിരുന്നുള്ളൂ. ഏലംകുളം മനയ്ക്കലെ ശങ്കരൻ....

ഒരു ദിവസം ചരിത്രാധ്യാപകൻ ചോദിച്ചു.... "എഡ്വേർഡ് ഏഴാമനെ, 'എഡ്വേർഡ് ദ പീസ്മേക്കർ' എന്ന് വിളിക്കുന്നതെന്തുകൊണ്ടാണ്?"

മാസ്റ്റർ ഓരോ കുട്ടിയോടും ചോദിച്ചു.

ആർക്കും ഉത്തരമില്ല.

ഒടുവിൽ കുഞ്ചുവിന്റെ ഊഴമായി... കുഞ്ചു എഴുന്നേറ്റുനിന്നു....

"യൂനിയൻജാക്ക് നിവർത്തി വിരിച്ചിട്ടപ്പോൾ അദ്ദേഹം അതിൽ ചവിട്ടാതെ സല്യൂട്ട് സ്വീകരിച്ചു. അതുകൊണ്ടാണ്....."

"വെരിഗുഡ്..." അധ്യാപകൻ കുഞ്ചുവിന്റെ ചുമലിൽ തട്ടി അഭിനന്ദിച്ചു.

അടുത്ത ക്രിസ്മസ് അവധിക്കാലത്ത് കുഞ്ചു ജ്യേഷ്ഠന്റെയും കൂട്ടുകാരുടെയും കൂടെ മദിരാശി കാണാൻ പോയി.

പ്രതീക്ഷയോടെ മദിരാശി നടന്നു കാണാനാണ് പോയത്. എന്നാൽ അവിടെയെത്തിയ കുഞ്ചുവിന് പനി ബാധിച്ചു.

ഡോക്ടറെ കണ്ട് മരുന്ന് വാങ്ങി. പൂർണ വിശ്രമം വേണമെന്ന് ഡോക്ടർ പറഞ്ഞു.

കുഞ്ചു നിരാശനായി. മറ്റുള്ളവർ നഗരം ചുറ്റിക്കണ്ടു. കുഞ്ചു മരുന്ന് കഴിച്ച് ഹോട്ടൽ മുറിയിൽ കിടന്നു.

ജനലിലൂടെ പുറത്തേക്ക് നോക്കി തൃപ്തിപ്പെടാനേ കുഞ്ചുവിന് കഴിഞ്ഞുള്ളൂ.

നഗരം ചുറ്റി വന്നവർ കാഴ്ചകൾ വർണിക്കും.

കുഞ്ചു അത് കേട്ട് ഭാവനയിൽ നഗരക്കാഴ്ചകൾ കാണും.

പനി മാറിയപ്പോഴേക്കും തിരിച്ചു പോകാനുള്ള ദിവസമെത്തിയിരുന്നു.

വീണ്ടും സ്കൂളിൽ പോയിത്തുടങ്ങിയ കുഞ്ചുവിന് പിന്നെയും പനി ബാധിച്ചു.

മലമ്പനിയായിരുന്നു.

വൈദ്യൻ വന്ന് മുറയ്ക്ക് ചികിത്സിച്ചു.

സ്കൂളിൽ പോകാൻ കഴിയുന്നില്ലല്ലോ എന്ന ദുഃഖം കുഞ്ചുവിനെ അസ്വസ്ഥനാക്കി. പത്തായപ്പുരയിലെ മുറിയിൽ തളർന്നു കിടക്കുമ്പോൾ മനസ്സ് നിറയെ സ്കൂളും ക്ലാസ്സും കുട്ടികളുമായിരുന്നു.

സ്കൂളിൽ പോയില്ലെങ്കിൽ വാർഷിക പരീക്ഷയെഴുതാൻ പറ്റില്ല. അങ്ങനെ വന്നാൽ അടുത്ത ക്ലാസിലേക്കുള്ള പ്രമോഷൻ തടയും. കുഞ്ചുവിന് അതോർക്കാൻ തന്നെ പ്രയാസം. അടുത്തകൊല്ലവും ഇതേ ക്ലാസ്സിൽ കഴിയുകയോ?

തന്റെ വിഷമം കുഞ്ചു എല്ലാവരോടും പറഞ്ഞു.

മലമ്പനിയെക്കാൾ പഠിപ്പിന്റെ കാര്യം കുഞ്ചുവിനെ തളർത്തി.

മകന്റെ ചിന്ത അമ്മയെയും വിഷമിപ്പിച്ചു.

ഒടുവിൽ വിവരം ഹെഡ്മാസ്റ്ററുടെ ചെവിയിലെത്തി.

അദ്ദേഹം കുഞ്ചുവിനെ കാണാനെത്തി.

"നമ്പൂതിരിപ്പാട് വിഷമിക്കേണ്ട. പരീക്ഷയെഴുതാൻ പറ്റിയില്ലെങ്കിലും പ്രമോഷൻ നിശ്ചയമായിട്ടും കിട്ടും. പേടിക്കേണ്ട..."

ഹെഡ്മാസ്റ്ററുടെ വാക്ക് കേട്ടപ്പോൾ കുഞ്ചുവിന്റെ പനി പകുതി മാറി....

7

വായനയുടെ ലോകത്ത്

കുഞ്ചുവിന്റെ ലോകം വളരുകയായിരുന്നു.

സ്കൂളിൽ മലയാളം അധ്യാപകനാണ് ഏറെ സ്വാധീനിച്ചത്.

അദ്ദേഹം ഉള്ളൂരിന്റെയും ആശാന്റെയും വള്ളത്തോളിന്റെയും കവിതകൾ ഭംഗിയായി ചൊല്ലി അവതരിപ്പിക്കും. സരസമായി അർഥം വിശദീകരിക്കും.

കുഞ്ചു മലയാളം അധ്യാപകന്റെ മുഖത്ത് നിന്ന് കണ്ണെടുക്കില്ല. അദ്ദേഹത്തിന്റെ ഓരോ വാക്കും മനസിൽ ഒപ്പിയെടുക്കും.

ജാതിയുടെ പ്രശ്നം ഈ കവിതകളിലെല്ലാം തുടിച്ചുനിന്നിരുന്നു.

മഹാഭാരതം ഇതിഹാസകൃതിയാണ്. ആ ഗ്രന്ഥം രചിച്ചതാകട്ടെ വേദവ്യാസനും. വേദവ്യാസൻ താണ ജാതിയിലാണ് ജനിച്ചത്. മുക്കുവസ്ത്രീയിൽ. എന്നിട്ടും മഹാഭാരതവും വേദവ്യാസനും ആദരിക്കപ്പെട്ടു.

ഈ ഭൂമിയിലെ ഉത്തമവസ്തു മനുഷ്യനാണെന്ന് പറയാറുണ്ട്.

ആ മനുഷ്യൻ തമ്മിൽ തൊടാതെ...., തീണ്ടാതെ കഴിഞ്ഞുകൊള്ളണമെന്ന് വിധിക്കുന്നത് എന്തസംബന്ധമാണ്....!

വള്ളത്തോളിന്റെ *തോണിയാത്ര*, *വിശപ്പ്* എന്നീ കവിതകളും കുഞ്ചുവിനെ ആകർഷിച്ചു.

ആ കവിതകൾ തന്റേതായ രീതിയിൽ വ്യാഖ്യാനിക്കാനും ശ്രമിച്ചു.

ജാതി, മതം തുടങ്ങിയ സാമൂഹ്യ അനാചാരങ്ങൾക്കെതിരെ ചിന്തിക്കാൻ പ്രേരിപ്പിക്കുന്ന അനേകം കവിതകൾ അധ്യാപകൻ അവതരിപ്പിച്ചുകൊണ്ടിരുന്നു.

സാഹിത്യത്തിലേക്ക് കുഞ്ചുവിനെ നയിച്ചത് മലയാളം അധ്യാപകനാണെന്ന് പറയാം.

'സാധാരണക്കാർ അക്ഷരംപഠിക്കുന്നത് കുറ്റമാണോ?'- കുഞ്ചുവിന്റെ മനസിൽ ഈ ചോദ്യം ഉയർന്നുനിന്നു.

തോണിയാത്ര എന്ന കവിതയിൽ രാമായണം തൊട്ടുപോയതിൽ വിഷമിക്കുന്ന തോണിക്കാരന്റെ ചിത്രം വർണിക്കുന്നുണ്ട്.

ചെറുപ്പംതൊട്ടേ കുഞ്ചു ഇതെല്ലാം കണ്ടതാണ്. പടിപ്പുരക്കപ്പുറത്ത് മാറിനിൽക്കുന്നവരും മനുഷ്യരല്ലേ? പനി വന്നപ്പോൾ തന്നെ ചികിത്സിച്ച മുസൽമാനായ വൈദ്യനും മനുഷ്യനല്ലേ?

വള്ളത്തോളിന്റെ *മാപ്പ്* എന്ന കവിത കുഞ്ചുവിന്റെ മനസ്സിൽ തറച്ചുകയറുകയായിരുന്നു...

"മരിക്ക സാധാരണമീ വിശപ്പിൽ
ദഹിക്കിലോ നമ്മുടെ നാട്ടിൽ മാത്രം."

"സുധാമൃതം സൈ്വരമശിച്ചു ദിവ്യ-

സൗധേ രമിപ്പൂ മുതലാളി വീരൻ
അയാൾക്കു വിൺ തീർത്തവരോ വിശപ്പാൽ
വല്ലേടവും വീണു മരിച്ചിടുന്നു......"

ജനങ്ങൾ വിശന്ന് മരിക്കുന്നത് സാധാരണമാണ്. എന്നാൽ വിശപ്പിൽ ദഹിക്കുന്നത് നമ്മുടെ നാട്ടിൽ മാത്രം. മുതലാളി സ്വന്തം മാളികയിൽ സുഖം അനുഭവിച്ചു കഴിയുകയാണ്. അയാൾക്ക് സ്വർഗം തീർത്ത പാവങ്ങൾ വിശപ്പുകൊണ്ട് വല്ലേടവും വീണു മരിക്കുന്നു.

എന്തുകൊണ്ടീ വൈരുധ്യം?

കുഞ്ചുവിനെ അസ്വസ്ഥമാക്കിയത് ഇത്തരം ചോദ്യങ്ങളാണ്.

വാരവും പാട്ടവും കിട്ടുന്നവർക്ക് വിശപ്പ് എന്തെന്നറിയില്ല.

കുഞ്ചുവിനും വിശപ്പറിയില്ലായിരുന്നു.

വള്ളത്തോളിന്റെ കവിത വിശപ്പ് അനുഭവപ്പെടുത്തി.

വിശപ്പ് വയറിനുള്ളത് മാത്രമല്ലെന്നും കുഞ്ചുവിന് മനസിലായി.

വഴിനടക്കാനുള്ള വിശപ്പ്.... മാറ് മറയ്ക്കാനുള്ള വിശപ്പ്.... ആരാധന നടത്താനുള്ള വിശപ്പ്... തന്റേടത്തോടെ നിവർന്നുനിൽക്കാനുള്ള വിശപ്പ്...

ചിന്തിച്ച് ചിന്തിച്ച് അറ്റം കിട്ടാതാവും....

എങ്കിലും വിശപ്പ് മാറണം....

വിശപ്പ് മാറ്റാനുള്ള ശ്രമം നടത്തണം.

മലയാളം അധ്യാപകനുമായി മറ്റൊരുതരം ബന്ധവും കുഞ്ചുവിനുണ്ടായി.

സ്കൂളിനടുത്ത് ഒരു വായനശാലയുണ്ട്.

കുഞ്ചു വായനശാലയിലെ നിത്യസന്ദർശകനാണ്.

മലയാളം അധ്യാപകൻ നാരായണമേനോനും വായനശാലയിലെ സ്ഥിരം സാന്നിധ്യമാണ്.

വായനശാല കൈയെഴുത്തു മാസിക പുറപ്പെടുവിച്ചിരുന്നു. പേര് "യുവചൈതന്യം."

മാസികയുടെ ഒന്നാം പേജിൽ വള്ളത്തോളിന്റെ കവിത എടുത്തു ചേർക്കും.....

"എത്തേണ്ടതാമിടം എത്തിയാലും ശരി
മധ്യേ മരണം വിഴുങ്ങിയാലും ശരി
മുന്നോട്ട് തന്നെ നടക്കും വഴിയിലെ
മുള്ളുകളൊക്കെ ചവിട്ടിമെതിച്ചു ഞാൻ...
പിന്നാലെ വന്നിടും പിഞ്ചുകിടാങ്ങൾക്ക്
വിന്യസിച്ചീടുവാൻ വേദന തോന്നൊലാ....

വള്ളത്തോളിന്റെ സാമൂഹ്യപ്രതിബദ്ധമായ വരികൾ. മുള്ളുകൾ ചവിട്ടിമെതിച്ച് നീങ്ങണമെന്ന ആഹ്വാനം. ഒരു പൊതുപ്രവർത്തകന്റെ ലക്ഷ്യവും ഇതാകണം. പിന്നിലായി വരുന്നവർക്ക് വഴിയൊരുക്കുക....

കൈയെഴുത്തുമാസികയുടെ ശില്പി നാരായണമേനോനായിരുന്നു. കുഞ്ചുവും മാസികനിർമ്മാണത്തിൽ സഹകരിച്ചു.

മാസികയിൽ കുറിപ്പുകളെഴുതുകയും ചെയ്തു.

നാരായണമേനോനും കൈയെഴുത്തുമാസികയും വായനശാലയും ചേർന്ന് കുഞ്ചുവിനെ സാഹിത്യത്തിന്റെ വിശാല ലോകത്തേക്ക് നയിക്കുകയായിരുന്നു.

ഗുരുവും ശിഷ്യനും തമ്മിലുള്ള ചർച്ച സാഹിത്യത്തിൽ മാത്രം ഒതുങ്ങിനിന്നില്ല. ദേശീയപ്രസ്ഥാനം, സ്വാതന്ത്ര്യസമരം, വിദേശവസ്ത്രബഹിഷ്കരണം, അയിത്തോച്ചാടനം, പട്ടിണിമാറ്റൽ തുടങ്ങി പല വിഷയങ്ങളും ഇരുവരും ചർച്ച ചെയ്തു.

കുഞ്ചു നാളെയുടെ വാഗ്ദാനമാണെന്ന് നാരായണമേനോന് തോന്നിയിരുന്നു. അതുകൊണ്ട് ശിഷ്യനെ എല്ലാവിധത്തിലും പ്രോത്സാഹിപ്പിച്ചു.

പുസ്തകങ്ങൾ വേണ്ടുവോളം സഹായിച്ചു.

മലയാളം മാത്രമല്ല ഇംഗ്ലീഷ് പുസ്തകങ്ങളും കുഞ്ചു വായിച്ചു.

ഹിന്ദു പത്രത്തിന്റെ സ്ഥിരവായനക്കാരനായി...

വായനയിലൂടെ കുഞ്ചു വളരുകയായിരുന്നു....

വായനയിലെന്നതുപോലെ കളിയിലും കുഞ്ചുവിന് താൽപര്യമുണ്ടായിരുന്നു. ബാഡ്മിന്റൺ കളിയിലാണ് താൽപര്യം. കായികമത്സരത്തിൽ സ്കൂൾ ടീം വിജയിച്ചാൽ കുഞ്ചു അടക്കമുള്ളവർ ആഹ്ലാദപ്രകടനം നടത്തിയിരുന്നു.

സ്കൂളിൽ കുഞ്ചുവിനെ വശീകരിച്ച മറ്റൊരധ്യാപകൻ കൂടിയുണ്ടായിരുന്നു. ഗോവിന്ദമേനോൻ. ഗോപി മാസ്റ്റർ എന്നെല്ലാവരും വിളിക്കും. ദേശീയബോധം കുട്ടികളിൽ വളർത്തുകയാണ് അധ്യാപനത്തിന്റെ ലക്ഷ്യമെന്നദ്ദേഹം വിശ്വസിച്ചിരുന്നു.

ഒരു ദിവസം ഗോപിമാസ്റ്റർ 'All' എന്ന ഇംഗ്ലീഷ് പദം വാക്യത്തിൽ പ്രയോഗിക്കാൻ നൽകി.

ഓരോ കുട്ടിയും ഓരോ തരത്തിൽ പ്രയോഗിച്ചു. എന്നാൽ കുഞ്ചുവിന്റെ പ്രയോഗം എല്ലാവരിൽ നിന്നും വിഭിന്നമായിരുന്നു...

"All India was sad when C R Das died."

ഇങ്ങനെ കുഞ്ചുവിന്റെ മനസ്സും ചിന്തയും പ്രതികരണവുമെല്ലാം സ്വാതന്ത്ര്യപ്രസ്ഥാനവുമായി ബന്ധപ്പെട്ടതായിത്തീർന്നു.

വായനയും സാഹിത്യവും ദേശീയപ്രസ്ഥാനവും

കുഞ്ചുവിനെ വലയം ചെയ്തപ്പോഴും പഠനത്തിൽ നിന്ന് ശ്രദ്ധ വിട്ടുപോയില്ല.

പഠിപ്പിൽ എന്നും ഒന്നാമൻതന്നെയായി...

അമ്മയുടെ മുന്നിൽ സത്യഗ്രഹം നടത്തിയിട്ടാണല്ലോ സ്കൂളിൽ ചേർന്നത്. അതുകൊണ്ടുതന്നെ പഠിപ്പിൽ പിന്നിലാകരുതെന്ന് കുഞ്ചുവിന് നിർബന്ധമുണ്ടായിരുന്നു.....

8

പൂണൂൽ പൊട്ടിച്ചെറിയുന്നു

ഹൈസ്കൂൾ വിദ്യാഭ്യാസത്തിന്റെ അവസാന കാലം പാലക്കാട് വിക്ടോറിയകോളേജ് ഹൈസ്കൂളിലാണ് ചെലവഴിച്ചത്.

പെരിന്തൽമണ്ണയിൽ നിന്നുള്ള ഈ മാറ്റം കുഞ്ചുവിന്റെ വളർച്ചയെ ഏറെ സഹായിച്ചു.

യോഗക്ഷേമസഭയുമായി ഇതിനകം തന്നെ കുഞ്ചു ബന്ധം സ്ഥാപിച്ചിരുന്നു. അതിന്റെ മുഖപത്രമായ *യോഗക്ഷേമ*ത്തിൽ കുഞ്ചുവിന്റെ ലേഖനം അച്ചടിച്ചു വന്നു.

"നമ്പൂതിരിമാരും വക്കീൽ പ്രവൃത്തിയും" എന്നാണ് ലേഖനത്തിന്റെ തലക്കെട്ട്.

നാട്ടിൽ നടക്കുന്ന പ്രക്ഷോഭങ്ങളുടെയും വിപ്ലവങ്ങളുടെയും മുന്നിൽ വക്കീൽമാരുണ്ടാകണമെന്ന് ആ ലേഖനത്തിൽ നിർദ്ദേശിച്ചിരുന്നു.

ലോകത്തുണ്ടായ വിപ്ലവങ്ങൾക്കു പിന്നിലെല്ലാം വക്കീലന്മാരുണ്ടായിരുന്നെന്നും ലേഖനം ചൂണ്ടിക്കാട്ടി.

ഈ ലേഖനം വായിച്ച് പലരും നെറ്റിചുളിച്ചു.

നമ്പൂതിരി സമുദായത്തിലുള്ളവർ വിപ്ലവത്തിനിറങ്ങുകയോ?

പക്ഷേ, കുഞ്ചുവെന്ന ശങ്കരന് കുലുക്കമില്ലായിരുന്നു.

'ഇന്നത്തെ നില മാറണം' – കുഞ്ചു തറപ്പിച്ചു പറഞ്ഞു.

പാലക്കാട്ടെ പഠനം ദേശീയപ്രസ്ഥാനവുമായി കൂടുതലടുക്കാൻ കുഞ്ചുവിനെ സഹായിച്ചു.

സുൽത്താൻപേട്ടയിലെ ഖദർഷോപ്പിൽ ചെന്നിരിക്കുന്നത് കുഞ്ചുവിന്റെ പതിവായി. പുതിയ പുതിയ ആളുകളുമായി ബന്ധപ്പെടാൻ ഇത് സഹായിച്ചു.

ആര്യസമാജത്തിന്റെ ആപ്പീസിൽ ചെന്ന് ഹിന്ദി പഠിക്കുകയും ചെയ്തു.

സ്വാതന്ത്ര്യസമരത്തിന്റെ ഭാഗമായി ഹിന്ദി പ്രചാരണം നടത്തുന്ന കാലമായിരുന്നു അത്. രാജഗോപാലാചാരിയായിരുന്നു പ്രചാരണ കമ്മിറ്റിയുടെ സെക്രട്ടറി.

രാജഗോപാലാചാരിയെ സ്കൂളിലേക്ക് ക്ഷണിക്കണമെന്ന് കുഞ്ചുവടക്കമുള്ള വിദ്യാർഥികൾ നിശ്ചയിച്ചു.

ആദ്യം പ്രിൻസിപ്പാളിന്റെ സമ്മതം വേണം.

"ഹിന്ദിയോ? ഹിന്ദി ഈസ് റബ്ബിഷ്"– പ്രിൻസിപ്പാൾ എതിർത്തുകൊണ്ട് പറഞ്ഞു.

കുഞ്ചുവിന്റെ മനസ്സ് മുറിഞ്ഞു.

ഹിന്ദിയോടുള്ള സ്നേഹം ദേശത്തോടുള്ള സ്നേഹമായിരുന്നു.

ദേശാഭിമാനത്തെയാണ് പ്രിൻസിപ്പാൾ മുറിവേൽപ്പിച്ചത്.

കുഞ്ചുവും കൂട്ടുകാരും രാജഗോപാലാചാരിയെ ചെന്ന് കണ്ട് സംഗതി ബോധിപ്പിച്ചു.

"ഹിന്ദി കൂടുതൽ കൂടുതൽ വാശിയോടെ പഠിക്കൂ" – രാജഗോപാലാചാരി ഉപദേശിച്ചു.

കുഞ്ചുവിന് തൽക്കാലം നിരാശ തോന്നിയെങ്കിലും പ്രിൻസിപ്പാളിനോടുള്ള വാശിതീർക്കാൻ ഹിന്ദി നിരന്തരം പഠിച്ചു. മറ്റു കുട്ടികളെ പഠിക്കാൻ പ്രേരിപ്പിച്ചു.

സ്കൂളിലെ ലിറ്റററി അസോസിയേഷന്റെ ആഭിമുഖ്യത്തിൽ നടന്ന യോഗത്തിൽ ഇങ്ങനെയൊരു ആഹ്വാനവും നൽകി...

"ഹിന്ദി പഠിക്കുക! നൂൽ നൂൽക്കുക!"

കുഞ്ചു ദേശീയ പ്രസ്ഥാനത്തിന്റെ ഭാഗമാവുകയായിരുന്നു.

തൊഴിലാളികളും കൃഷിക്കാരും സംഘടിക്കുന്ന കാലമായിരുന്നു അത്.

കമ്മ്യൂണിസ്റ്റ്പാർട്ടിയും ഇന്ത്യയിൽ പ്രവർത്തിച്ചു തുടങ്ങിയിരുന്നു.

രാജ്യത്തിന്റെ നാനാഭാഗങ്ങളിലും യുവജനങ്ങൾ സംഘടിച്ചതും ഇക്കാലത്താണ്.

കുഞ്ചുവിൽ ഇതെല്ലാം അലകൾ സൃഷ്ടിച്ചു.

സ്വാതന്ത്ര്യം.... വിപ്ലവം.... പോരാട്ടം.... തുടങ്ങിയ പല പുതിയ പദങ്ങളും കുഞ്ചുവിന്റെ മനസ്സിലുറച്ചു.

ഭഗത്സിംഗും ബട്കേശ്വർദത്തും ചേർന്ന് നിയമസഭയിൽ ബോംബെറിഞ്ഞത് ആ കാലത്താണ്.

ഭഗത്സിംഗ്......

ധീരനായ വിപ്ലവകാരി...

കുഞ്ചു ആരാധനയോടും ആവേശത്തോടും ആ പേരുച്ചരിച്ചു.

'ഇങ്ക്വിലാബ് സിന്ദാബാദ്' – പുതിയൊരു മുദ്രാവാക്യം കുഞ്ചുവിന്റെ മനസ്സിൽ മുഴങ്ങി.

പൊലീസിനെ കൂസാതെ ഉറച്ചുനിന്ന ഭഗത്സിംഗ്.

സ്വാതന്ത്ര്യത്തിന്റെ സൂര്യശോഭ...!

യോഗക്ഷേമസഭയിലെ യുവജന വിഭാഗം മാറ്റങ്ങൾക്കുവേണ്ടി പരിശ്രമിച്ചുകൊണ്ടിരുന്നു.

തലയിൽ കുടുമവെച്ചു നടക്കുന്നത് അന്ന് ഹിന്ദുക്കളുടെ പൊതു സ്വഭാവമായിരുന്നു. നമ്പൂതിരിമാർക്ക് കുടുമ കൂടിയേ തീരൂ എന്നും നിർബന്ധമുണ്ടായിരുന്നു. കുടുമ അഴിയാനോ അഴിച്ചിടാനോ പാടില്ല. എങ്കിൽ അശുദ്ധിയായി.

പരിഷ്കരണവാദികളായ യുവാക്കൾ കുടുമ മുറിച്ചെറിഞ്ഞ് പ്രതികരിക്കാൻ തുടങ്ങി.

കുഞ്ചുവും കുടുമ മുറിച്ചെറിഞ്ഞ് യുവാക്കൾക്ക് ആവേശം പകർന്നു.

കുടുമ മുറിക്കൽ ഒരു പ്രസ്ഥാനമായി വളർന്നു...

യാഥാസ്ഥിതിക വിഭാഗം ഇതിനെ ചെറുത്തു.

കുടുമ മുറിച്ചവരെ ക്രിയാ കർമ്മങ്ങളിൽ നിന്ന് മാറ്റി നിർത്തി.

പരിഷ്കരണവാദികൾ കൂടുതൽ കൂടുതൽ സംഘടിച്ചതോടെ പ്രശ്നം കെട്ടടങ്ങി.

എങ്കിലും കുടുമ ഒരു ജാതിചിഹ്നമായി വളരെക്കാലം നിലനിന്നു.

ബ്രാഹ്മണ്യത്തിന്റെ പ്രതീകമായ പൂണൂൽ പൊട്ടിച്ചെറിഞ്ഞ് കുഞ്ചുവും കൂട്ടുകാരും പ്രതികരിച്ചതും ചരിത്രത്തിന്റെ ഭാഗമാണ്.

കുഞ്ചുവും കൂട്ടുകാരും തൃശ്ശൂരിൽ ലോഡ്ജിൽ താമസിക്കുന്ന കാലമാണത്.

ജാതിവ്യവസ്ഥയ്ക്കെതിരെ കുഞ്ചുവിന്റെ നേതൃത്വത്തിലുള്ള നമ്പൂതിരി യുവജനസംഘം മുന്നിട്ടിറങ്ങി

പ്രവർത്തിച്ചുകൊണ്ടിരുന്നു.

ഒരു ദിവസം യുവാക്കൾ ലോഡ്ജിലിരുന്ന് സാമൂഹ്യപരിഷ്കരണത്തെപ്പറ്റി സംസാരിക്കുകയായിരുന്നു.

“ജാതിചിഹ്നങ്ങൾ കുടഞ്ഞുകളഞ്ഞാലേ നമുക്ക് പുരോഗതിയുണ്ടാവൂ”– കുഞ്ചു പറഞ്ഞു

"അതെ. കുടുമ മുറിച്ചതിലൂടെ നമുക്കത് ബോധ്യപ്പെട്ടു..."

"ഇനിയും ജാതിചിഹ്നം നമ്മുടെ ദേഹത്തുണ്ടല്ലോ?"- കുഞ്ചു തുടർന്നു.

"ഉണ്ട്... പൂണൂലുണ്ട്."

"ബ്രാഹ്മണ്യത്തിന്റെ പവിത്രത കാത്തുസൂക്ഷിക്കുന്ന ചങ്ങലയാണിത്" - കുഞ്ചു അഭിപ്രായപ്പെട്ടു.

"നമുക്കീ പൂണൂൽ വേണ്ട.."

"അതെ.. ഈ പൂണൂൽ നമ്മൾ പൊട്ടിച്ചെറിയുന്നു..." ഇങ്ങനെ പറഞ്ഞശേഷം കുഞ്ചു സ്വന്തം ശരീരത്തിലെ പൂണൂൽ വലിച്ചുപൊട്ടിച്ചു.

മറ്റു യുവാക്കൾ അനുകരിച്ചു.

"ഈ പൂണൂൽ തീയിട്ട് കരിക്കണം" - ഒരാൾ പറഞ്ഞു.

"അതെ... അതെ..."

പൊട്ടിച്ച പൂണൂലുകൾ കൂട്ടിവച്ചു.

തീപ്പെട്ടിക്കോലുരച്ച് തീ കൊളുത്തി.

ജാതിയുടെ ആ ചിഹ്നം കത്തിയെരിയുന്നത് കുഞ്ചു ആനന്ദത്തോടെ നോക്കിയിരുന്നു...

9

നാടിനുവേണ്ടി പൊരുതാനിറങ്ങുന്നു

ഉപരിപഠനത്തിനായി കുഞ്ചു തൃശ്ശൂർ സെന്റ് തോമസ് കോളേജിലെത്തി.

പ്രാചീനചരിത്രം, ഇന്ത്യാചരിത്രം, തർക്കശാസ്ത്രം എന്നീ ഐച്ഛികവിഷയങ്ങൾ തെരഞ്ഞെടുത്തു. രണ്ടാം ഭാഷയായി സംസ്കൃതവും.

ചരിത്രം ഇ എം എസിന് വളരെ ഇഷ്ടപ്പെട്ട വിഷയമായിരുന്നു....

പിൽക്കാലത്തെ രാഷ്ട്രീയപ്രവർത്തനത്തിന് ഇത് വളരെ പ്രയോജനപ്പെട്ടു.

രാഷ്ട്രീയപ്രവർത്തനം തൊഴിലായി സ്വീകരിക്കണമെന്നാണ് കുഞ്ചു ആഗ്രഹിച്ചത്. ബിരുദം നേടി ഉദ്യോഗം സമ്പാദിക്കണ്ട. അധികാരം പ്രയോഗിച്ച് ജനങ്ങളെ ഭയപ്പെടുത്തേണ്ട.

എന്നും ജനങ്ങളുടെ കൂടെ നിൽക്കണം. അവരിൽ ഒരാളാകണം. അവരുടെ പ്രശ്നങ്ങൾ മനസിലാക്കണം. അവർക്കുവേണ്ടി പോരാടണം. നിയമങ്ങളുണ്ടാക്കണം.

ആഗ്രഹം പോലെ കുഞ്ചു വളരുകയായിരുന്നു.

ഹിസ്റ്ററി വളരെയേറെ വായിക്കേണ്ട വിഷയമാണ്. എല്ലാംകൂടി നൂറുകണക്കിന് പേജുള്ള പുസ്തകങ്ങൾ വരും.സാധാരണ അധ്യാപകർ പറഞ്ഞുകൊടുക്കുന്ന നോട്ടുകളെ ആശ്രയിക്കുകയാണ് വിദ്യാർഥികളുടെ പതിവ്. കുഞ്ചുവിന് ഇതുകൊണ്ട് തൃപ്തിവന്നില്ല.

കോളേജ് ലൈബ്രറിയിൽ നിന്ന് ചരിത്രപുസ്തകങ്ങളെടുത്ത് ശ്രദ്ധയോടെ വായിച്ചു.

ഇ എം എസിന്റെ വായനക്ക് ഒരു സവിശേഷതയുണ്ടായിരുന്നു. ഏത് ഗ്രന്ഥവും ഒരിക്കലേ വായിക്കേണ്ടൂ. ഹൃദിസ്ഥമാകും. ഒരു പേജ് വായിക്കാൻ അരമിനുട്ട് മതിയാവും.

പുസ്തകവായനയിലെ ഈ അസാധാരണത്വം പലരെയും അത്ഭുതപ്പെടുത്തിയിട്ടുണ്ട്.

കോളേജിലെ ചരിത്ര പ്രൊഫസർ ഇ എം എസിനെക്കുറിച്ച് പറഞ്ഞു. "ബുദ്ധിമാനായ വിദ്യാർഥിയാണ് ഇ എം എസ്. എല്ലാവരുടെയും സ്നേഹഭാജനം. ഇ എം എസിനെ പരിചയപ്പെട്ടവരെല്ലാം അദ്ദേഹത്തിൽ ആകൃഷ്ടരായിരുന്നു. കോളേജിലെ പൊതുപ്രവർത്തനങ്ങളിലെല്ലാം സജീവമായി പങ്കെടുത്ത ഏക വിദ്യാർഥിയും ഇ എം എസാണ്."

മഹാന്റെ ലക്ഷണങ്ങൾ ചെറുപ്പത്തിലേ പ്രകടമാക്കിയിരുന്നു ഇ എം എസ്. ലളിതമായ ജീവിതരീതി. സൗമ്യമായ പെരുമാറ്റം. അഗാധ ബുദ്ധി. വിശാല നെറ്റിക്കു കീഴെ തിളങ്ങുന്ന കണ്ണുകൾ. ആത്മവിശ്വാസം. ധൈര്യം.

ഏലംകുളത്തെ കുഞ്ചു, ഇ എം എസായി വളരുകയായിരുന്നു.

കേരളമറിയുന്ന ഇ എം എസ്. ഭാരതമറിയുന്ന ഇ എം എസ്. ലോകമറിയുന്ന ഇ എം എസ്.

കോളേജ് പ്രിൻസിപ്പാളിന്റെ കണ്ണിലുണ്ണിയായിരുന്നു ഇ എം എസ്. ആദരവോടെ മാത്രമേ അദ്ദേഹം ശിഷ്യനെ കണ്ടിട്ടുള്ളൂ.

“ഈ കോളേജിന്റെ അഭിമാനസ്തംഭമാണ് ഇ എം എസ്.”–ഒരിക്കൽ പ്രിൻസിപ്പാൾ പറഞ്ഞു.

കോളേജ് വിട്ടാൽ ഇ എം എസ് രാഷ്ട്രീയപ്രവർത്തനത്തിലേർപ്പെട്ടിരുന്നു. അറസ്റ്റ് വരിച്ച് ജയിലിൽ പോയിരുന്നു. പ്രിൻസിപ്പാളിനെ ഇതെല്ലാം ആവേശം കൊള്ളിച്ചു.

“നമ്മുടെ കോളേജിന് അനശ്വരകീർത്തി സമ്പാദിച്ചുകൊടുത്തതും ഇ എം എസാണ്....” അദ്ദേഹം തുടർന്നു... “ഇ എം എസ് മാതൃകാവിദ്യാർഥിയാണ്. ആ മാതൃക എല്ലാവർക്കും സ്വീകരിക്കാവുന്നതാണ്.”

ഇ എം എസ് ഏതു കാര്യത്തിലും ഒരു മാതൃകയായിരുന്നു. കേരളത്തെത്തന്നെ ലോകത്തിന് മാതൃകയാക്കി വളർത്തിയെടുത്തതും ഇ എം എസാണ്.

രണ്ടുനേരത്തെ ഊണിന്റെ ചെലവല്ലാതെ മറ്റു ചെലവുകളൊന്നുമില്ലാതെ കോളേജ് വിദ്യാഭ്യാസം നടത്തിയതും ഒരേയൊരു ഇ എം എസാണ്.

ചായ, ബീഡി, സിഗരറ്റ്, മദ്യം, സിനിമ തുടങ്ങി കോളേജ് വിദ്യാർഥികളിൽ കണ്ടുവരാറുള്ള ദുശ്ശീലങ്ങളൊന്നും ഇ എം എസിനെ പിടികൂടിയിരുന്നില്ല.

മറ്റുള്ളവർ സിനിമക്ക് പോകുമ്പോൾ ഇ എം എസ് പുസ്തകം വായിക്കും. കോളേജ് ലൈബ്രറിയിൽ നിന്ന് ഏറ്റവും കൂടുതൽ പുസ്തകങ്ങളെടുത്ത് വായിച്ചത് ഇഎംഎസ്സാണ്.

പൊതുവിജ്ഞാനം സമ്പാദിക്കുന്നതിന് വായന പ്രയോജനപ്പെട്ടു.

ദുർച്ചെലവുകളില്ലാത്തതുകൊണ്ട് പണം കൊടുത്തുതന്നെ ധാരാളം പുസ്തകങ്ങൾ വാങ്ങാൻ അദ്ദേഹത്തിന് കഴിഞ്ഞു.

പുസ്തകങ്ങൾ അലമാരയിൽ സൂക്ഷിക്കാനുള്ള വസ്തുവായി ഇ എം എസ് ഒരിക്കലും കണക്കാക്കിയില്ല.

പുസ്തകങ്ങൾ വായിക്കാനുള്ളതാണ്. കഴിയുന്നത്ര ആളുകളെക്കൊണ്ട് വായിപ്പിക്കണം.

പുസ്തകം മുഷിയുമെന്നോ നഷ്ടപ്പെടുമെന്നോ ഉള്ള ചിന്ത ഇ എം എസിനെ ബാധിച്ചിരുന്നില്ല.

അക്ഷരം അറിവാണ്. അത് സമൂഹത്തിലാകെ പരക്കാനുള്ളതാണ്. അറിവുണ്ടെങ്കിലേ പ്രശ്നങ്ങൾ തിരിച്ചറിയാനാകൂ.

ഇ എം എസ് അനുക്ഷണം സ്വാതന്ത്ര്യസമരത്തിലേക്ക് ആകൃഷ്ടനാവുകയായിരുന്നു.

സമുദായപരിഷ്കരണ പ്രവർത്തനങ്ങളിൽ മാത്രം അദ്ദേഹം ഒതുങ്ങിനിന്നില്ല.

ആ മനസിൽ വിപ്ലവജ്വാല എരിയുന്നുണ്ടായിരുന്നു.

വട്ടമേശ സമ്മേളനം പരാജയപ്പെട്ടതിനെത്തുടർന്നുള്ള ഇന്ത്യൻ രാഷ്ട്രീയം ഇ എം എസിന്റെ മനസ്സിലും ആഞ്ഞുവീശി.

കോളേജിലിരുന്ന് പഠിക്കണോ? അതോ നാടിന് വേണ്ടി പൊരുതണോ?

രണ്ടുവഴി മാത്രമേ ഇ എം എസിന്റെ മുന്നിലുണ്ടായിരുന്നുള്ളൂ.

ഒടുവിൽ രണ്ടാമത്തെ വഴി തെരഞ്ഞെടുത്തു.

കോളേജ് പഠനം ഉപേക്ഷിച്ച് നിയമലംഘനം നടത്താനിറങ്ങി.

ഇല്ലത്തുള്ളവരെയെല്ലാം വേദനിപ്പിച്ച സംഭവമായിരുന്നു ഇത്.

എന്നാൽ ഇ എം എസ് ഏലംകുളത്തിന്റെ മാത്രം സ്വത്തല്ലായിരുന്നു.

അദ്ദേഹം സത്യഗ്രഹസമരത്തിലേക്കെടുത്തു ചാടി.

വി ടി ഭട്ടതിരിപ്പാട് ഇ എം എസിന്റെ സത്യഗ്രഹത്തെപ്പറ്റി ഇങ്ങനെ ഓർമ്മിക്കുന്നു...

> നിയമലംഘനത്തിന് പോകുന്നതിന് മുമ്പ് ഞങ്ങൾ ഒന്നിച്ചിരുന്ന് ഊണ് കഴിച്ചു. ഞങ്ങൾ പട്ടാമ്പി റെയിൽവെ സ്റ്റേഷൻ ലക്ഷ്യമാക്കി നടന്നു. വണ്ടി വരാൻ താമസമുണ്ടായിരുന്നു. ഞങ്ങൾ ഒരു മരത്തണലിൽ നിന്ന് സംസാരിച്ചു. പഠനമുപേക്ഷിച്ച് സത്യഗ്രഹത്തിൽ പങ്കെടുത്തതിൽ യാതൊരു മനശ്ചാഞ്ചല്യവും അദ്ദേഹത്തിനുണ്ടായിരുന്നില്ല. പെട്ടെന്ന് വണ്ടിയുടെ ഒച്ച കേട്ടു. ഇ എം എസ് സ്വന്തം കൈയിലെ വാച്ച് അഴിച്ചെടുത്ത് എന്റെ നേരെ നീട്ടിക്കൊണ്ട് പറഞ്ഞു....! ഞാൻ വരട്ടെ. ഈ വാച്ചും സ്വർണച്ചങ്ങലയും വിറ്റു കിട്ടുന്ന പണം കൊണ്ട് സമുദായ പ്രവർത്തനം നടത്തണം! ഞാനത് വാങ്ങി. അടി പതറാതെ തലയുയർത്തി ഇ എം എസ് നടന്നു പോയി.

സത്യഗ്രഹത്തിൽ പങ്കെടുക്കാൻ കോഴിക്കോട്ടേക്കുള്ള യാത്രയായിരുന്നു അത്.

കോഴിക്കോട്ട് വണ്ടിയിറങ്ങിയ ഇ എം എസ് കണ്ടത് സമര സന്നദ്ധമായ ഒരു ജനതയെയാണ്..

ഇ എം എസ് ആ ജനതയുടെ കൂടെ ചേർന്നു.

അവരോടൊപ്പം നിയമം ലംഘിച്ചു. അറസ്റ്റ് വരിച്ചു.

കോടതിയിലെ വിചാരണക്കുശേഷം ശിക്ഷ വിധിച്ചു.

"ഇ എം എസിന് മൂന്നുകൊല്ലം കഠിനതടവും 100 രൂപ പിഴയും."

10

അമ്മയും മകനും

ആയിരത്തി തൊള്ളായിരത്തി മുപ്പത്തിമൂന്ന് സപ്തംബർ മാസത്തിലെ ഓണക്കാലം.

ഏലംകുളം ഗ്രാമം ഓണക്കോടിയുടുത്ത് ചമഞ്ഞു നിൽക്കുന്നു.

അന്തരീക്ഷത്തിൽ കുട്ടികളുടെ ആരവം.

നാടെങ്ങും സന്തോഷത്തിലായിരുന്നു.

എന്നാൽ ഏലംകുളം മനയിൽ ദുഃഖം തളം കെട്ടിനിന്നു.

കുഞ്ചുവില്ലാത്ത രണ്ടാമത്തെ ഓണമാണിന്ന്.

വിഷ്ണുദത്ത അന്തർജ്ജനത്തിന് ഓർക്കുമ്പോൾ പോലും കരച്ചിൽ വരും.

കുഞ്ചു പഠിപ്പുപേക്ഷിച്ച് സത്യഗ്രഹത്തിൽ പങ്കെടുക്കാൻ പോയെന്ന വാർത്ത കേട്ട് ആ മാതൃഹൃദയം തകർന്നതാണ്. അതിതുവരെ നേരെയായിട്ടില്ല.

ജയിലിൽ പോകുന്നതിനെക്കാൾ ആ അമ്മയെ സങ്കടപ്പെടുത്തിയത് പൊലീസിന്റെ തല്ല് കൊള്ളുമല്ലോ എന്ന ചിന്തയാണ്. സത്യഗ്രഹത്തിൽ പങ്കെടുക്കുന്ന

വരെ ലാത്തിച്ചാർജ്ജ് ചെയ്ത വാർത്ത പലരും പറഞ്ഞുകേട്ടിരുന്നു.

കുഞ്ചുവിനെ വിലക്കാൻ ഗുരുനാഥനെയും കുടുംബ വക്കീലിനെയും അമ്മ പറഞ്ഞയച്ചിരുന്നു.

"ഇതെന്റെ മനസ്സാക്ഷിയുടെ കാര്യമാണ്. അഭിമാനത്തിന്റെ പ്രശ്നമാണ്. മടങ്ങിപ്പോകുന്നതിനെക്കാൾ നല്ലത് മരിക്കലാണ്"- ഉറച്ച സ്വരത്തിൽ കുഞ്ചു പറഞ്ഞു.

വിഷ്ണുദത്ത അന്തർജ്ജനം നെടുവീർപ്പിട്ടു.

അവർ പുറത്തേക്ക് കണ്ണും നട്ട് ഉമ്മറപ്പടിമേലിരുന്നു.

'മകൻ ഇരുമ്പഴിക്കുള്ളിൽ കഴിയുമ്പോൾ താനെങ്ങനെ ഓണമാഘോഷിക്കും?'- ആ അമ്മയുടെ മനസ്സ് ചോദിച്ചു.

എങ്കിലും മറ്റുള്ളവർ ഓണത്തിന്റെ ചട്ടവട്ടങ്ങളൊരുക്കിക്കൊണ്ടിരുന്നു.

കുട്ടികൾ പൂക്കളമുണ്ടാക്കി.

തൃക്കാക്കരയപ്പന്മാരെ പീഠങ്ങളിലിരുത്തി.

അമ്മയുടെ മനസ്സ് പഴയകാലത്തേക്ക് ഒഴുകിപ്പോയി.

ഉത്രാടം ദിവസം.

കുടിയാന്മാർ ഇല്ലത്തേക്ക് കാഴ്ചകൾ കൊണ്ടുവരുന്നു.

കാഴ്ചവസ്തുക്കൾ പടിക്കൽവരെ മാത്രമേ അവരെത്തിക്കുകയുള്ളൂ. കുഞ്ചുവും ഏട്ടൻമാരും ചേർന്ന് എല്ലാം അകത്തേക്കെടുത്തുവെക്കും.

ഇന്നലെയും ഉത്രാടമായിരുന്നു.

കുടിയാന്മാർ കാഴ്ചവസ്തുക്കൾ കൊണ്ടുവന്നു.

അതെടുത്തുവെക്കാൻ കുഞ്ചുവില്ലായിരുന്നു.

പാണനും പാട്ടിയും ഇന്നലെയും വന്നിരുന്നു. പതിവുപോലെ അവർ പാട്ടുപാടി.

കുഞ്ചുവിന്റെ ആരോഗ്യത്തിനുവേണ്ടി അവർ പാടാറുള്ളതാണ്. പാടിക്കഴിഞ്ഞ് കുഞ്ചുവിന്റെ കൈയിൽ നിന്നുതന്നെ ഓണപ്പുടവ ഏറ്റുവാങ്ങും.

രണ്ടുവർഷമായി ഈ പതിവ് തെറ്റിയിരിക്കുന്നു.

''നാലാം തമ്പ്രാൻ വന്നില്ലേ?''- പാണനും പാട്ടിയും ചോദിച്ചിരുന്നു.

അമ്മ അതിനുത്തരം പറഞ്ഞില്ല.

നേരം നീങ്ങിക്കൊണ്ടിരുന്നു.

പെട്ടെന്നൊരു ടാക്സി ദൂരെ വന്നു നിന്നു.

ആളുകൾ കൗതുകത്തോടെ അങ്ങോട്ട് നോക്കി.

ടാക്സിയിൽ നിന്നിറങ്ങിയ ആളെക്കണ്ട് ജനം സന്തോഷത്തോടെ വിളിച്ചു പറഞ്ഞു...''നാലാം തമ്പ്രാൻ വന്നേ....! നാലാം തമ്പ്രാൻ വന്നേ....''

പാടത്തും പറമ്പിലും വീട്ടിലും ചലനമുണ്ടായി.

ജയിലിൽ നിന്നുവരുന്ന നാലാംതമ്പുരാനെ കാണാൻ ആളുകൾ തടിച്ചുകൂടി.

കുഞ്ചുവിന് അദ്ഭുതം തോന്നി.

തന്നെക്കാണാൻ ഇവരെന്തിന് തടിച്ചുകൂടണം?

മുമ്പനുഭവിക്കാത്ത ഒരു സുഖം കുഞ്ചുവിനുണ്ടായി.

പണിയെടുക്കുന്ന സാധാരണക്കാരുടെ മനസ്സ് തെളിയുമ്പോൾ കിട്ടുന്ന സുഖം...

ഏലംകുളം മനയാകെ ഉണർന്നു.

അമ്മയെ കാണാൻ കുഞ്ചു ഓടി വന്നു.

അമ്മയുടെ രൂപം കുഞ്ചുവിനെ ദുഃഖിപ്പിച്ചു. വാടിയ ശരീരം... ദുഃഖം കരുവാളിച്ച മുഖം....

അമ്മയുടെ ചൈതന്യമാകെ വറ്റി വരണ്ടതുപോലെ.

അമ്മ മകനെ കെട്ടിപ്പുണർന്നു...

കുഞ്ചു കുഞ്ഞിനെപ്പോലെ ആ മാറിലൊതുങ്ങി.

അമ്മയുടെ സന്തോഷക്കണ്ണുനീർ കുഞ്ചുവിന്റെ ശിരസ്സിലൂടെ ഒലിച്ചിറങ്ങി....

"എനി നീ അമ്മയെ വിട്ടുപോവില്ലാന്ന് സത്യം ചെയ്യ്"- അമ്മ പറഞ്ഞു.

കുഞ്ചു അമ്മയെ നോക്കി. എന്നും തന്റെ ദൗർബ്ബല്യം അമ്മയാണ്. സ്നേഹത്തിന്റെയും വാത്സല്യത്തിന്റെയും നിറകുടം. രാഷ്ട്രീയക്കാരനായാൽ ജയിലിൽ പോകേണ്ടി വരും. വീട് വിട്ട് കഴിയേണ്ടിവരും.

എങ്കിലും അമ്മ...

"ഇല്ല. അമ്മയെ വിട്ടുപോവില്ല.."-കുഞ്ചു പറഞ്ഞു.

ഈ രംഗം കണ്ടുനിന്നവരും കണ്ണീരൊപ്പി.

വിഷ്ണുദത്ത അന്തർജ്ജനത്തിന് അസാധാരണ ചൈതന്യമുണ്ടായി.

ഓണച്ചടങ്ങുകൾ കെങ്കേമമാക്കാൻ അവർ വിളിച്ചു പറഞ്ഞു.

ഓണസദ്യക്ക് അവർ തന്നെ മേൽനോട്ടം വഹിച്ചു.

കുഞ്ചുവിന്റെ സാന്നിധ്യം ഏലംകുളത്താകെ പുതിയ പ്രസരിപ്പുളവാക്കി...

11

അടിയാൻമാരുടെ തോഴൻ

അയിത്തത്തിനെതിരെ നാടുണരുന്ന കാലം.

ഹരിജനങ്ങളെ ഉദ്ധരിക്കുവാൻ ഗാന്ധിജി ആഹ്വാനം ചെയ്തു.

ഹരിജനങ്ങൾക്ക് പൊതുവഴിയിലൂടെ നടക്കാൻ പാടില്ലായിരുന്നു. ഉയർന്ന ജാതിയിൽപ്പെട്ടവരെ തൊടാനോ തീണ്ടാനോ പാടില്ല.

എന്നാൽ പാടത്തും പറമ്പിലും പണിയെടുത്ത് വിളവുണ്ടാക്കാൻ ഹരിജനങ്ങൾ വേണം.

പണ്ഡിറ്റ് കറുപ്പൻ എന്നയാൾ ഹരിജനങ്ങളെ സംഘടിപ്പിച്ച് ഒരു പൊതുയോഗം നടത്താൻ നിശ്ചയിച്ചിരുന്നു. എന്നാൽ പൊതുയോഗം എവിടെ നടത്തും?

പൊതുസ്ഥലം ഹരിജനങ്ങൾക്ക് നിഷിദ്ധമായിരുന്നു.

മണ്ണിലിടമില്ലാതെ വന്നപ്പോൾ കറുപ്പൻ പിൻമാറിയില്ല.

വെള്ളത്തിൽ വച്ച് സമ്മേളനം നടത്താൻ നിശ്ചയിച്ചു. വെള്ളം ആരുടെയും സ്വന്തമല്ലല്ലോ..?

വള്ളങ്ങൾ കൂട്ടിക്കെട്ടി ചങ്ങാടങ്ങളാക്കി കൊച്ചി ക്കായലിൽ സമ്മേളനം നടത്തി. നൂറുകണക്കിന് ഹരി ജനങ്ങൾ വള്ളങ്ങളിലായി യോഗത്തിലെത്തിച്ചേർന്നു.

കായലിലെ സമ്മേളനം അങ്ങനെ ചരിത്രത്തിന്റെ ഭാഗമായി.

'നെല്ലിൻ ചുവട്ടിൽ മുളയ്ക്കും കാട്ടുപുല്ലല്ല സാധു പുലയൻ' എന്ന് കുമാരനാശാൻ പാടുകയുണ്ടായി.

തങ്ങളുടെ ജാതി തിരിച്ചറിയുന്നതിന് ഹരിജന ങ്ങളും മറ്റു താഴ്ന്ന ജാതിയിൽ പെട്ടവരും കല്ലുമാല ധരിക്കണമായിരുന്നു. കൈയിൽ ഇരുമ്പിന്റെ വളയി ടണം.

കല്ലുമാല ബഹിഷ്കരണസമ്മേളനവും കേരളച രിത്രത്തിലെ സുപ്രധാന സംഭവമാണ്.

1934-ൽ ഗാന്ധിജി ഹരിജനോദ്ധാരണത്തിൽ ആണ്ടിറങ്ങുവാനാഹ്വാനം ചെയ്തു.

ഇ എം എസ്സും കൂട്ടുകാരും ഗാന്ധിജിയുടെ ആഹ്വാനം ചെവിക്കൊണ്ടു.

നിലവിലുള്ള സാമൂഹ്യവ്യവസ്ഥയ്ക്കെതിരെ ഒരു വിപ്ലവപ്രസ്ഥാനമെന്ന നിലയിൽ ഹരിജനോദ്ധാരണം വളർന്നു.

സമൂഹത്തിന്റെ അടിത്തട്ടിൽ പുഴുക്കളെപ്പോലെ ഇഴഞ്ഞു കഴിയുന്നവരാണ് ഹരിജനങ്ങൾ. മനുഷ്യന്റെ പ്രാഥമിക അവകാശങ്ങളൊന്നും അവർക്ക് നൽകിയി രുന്നില്ല. അവരെ ഉദ്ധരിക്കാതെ ഇന്ത്യയെ ഉദ്ധരിക്കാ നാവില്ലെന്ന് ഗാന്ധിജി പറഞ്ഞു.

കേരളാകോൺഗ്രസിലെ പുരോഗമനവാദികൾ ഹരിജനോദ്ധാരണപ്രസ്ഥാനത്തിൽ മുന്നിട്ടിറങ്ങി.

ഇ എം എസും സഹപ്രവർത്തകരും വയലും കുന്നും കയറിയിറങ്ങി.

ഹരിജനങ്ങൾ താമസിക്കുന്ന ചാളകളിൽ അവർ കയറിച്ചെന്നു. ഓലകൊണ്ടുണ്ടാക്കിയ കൂടാരം പോലുള്ള വീടുകളായിരുന്നു അവ.

അവിടെ കഴിയുന്നവർക്ക് വിദ്യാഭ്യാസമുണ്ടായിരുന്നില്ല.

നല്ല വസ്ത്രമില്ലായിരുന്നു.

നല്ല ഭക്ഷണവും അവർ കഴിച്ചിരുന്നില്ല.

ഇ എം എസിനെ കണ്ട് ചാളയിലെ പ്രായം ചെന്ന സ്ത്രീ പേടിച്ചുപോയി. തൊഴുതുകൊണ്ട് ഓലപ്പുരക്ക് മറവിൽ നിന്നുകൊണ്ടു വിളിച്ചുപറഞ്ഞു.. "യ്യോ..! നാലാം തമ്പ്രാൻ... ഇങ്ങോട്ട് ബരല്ല തമ്പ്രാനെ...ചുത്തം പോവും..."

അത് കേട്ട് ഇ എം എസ് ഒരു നിമിഷം നിന്നു.

ഏലംകുളം മനയ്ക്കലെ നാലാംതമ്പുരാനാണ് താൻ. തന്റെ ഇല്ലത്തുള്ളവരിൽ നിന്ന് ഓടിയൊളിക്കുന്നവരാണ് ഈ ചാളയിലുള്ളത്.

ഇപ്പോൾ അവരുടെ തമ്പുരാൻ അവരുടെ ചാളയിലെത്തിയിരിക്കുന്നു...

തൊട്ടുതീണ്ടിയതിന് ശിക്ഷ വിധിക്കാനല്ല.

തൊടലും തീണ്ടലും ഇല്ലാതാക്കാനാണ്.

"അമ്മമാരേ, നിങ്ങൾ പുറത്തിറങ്ങി വാ. ഞങ്ങൾ ശിക്ഷിക്കാൻ വന്നവരല്ല. രക്ഷിക്കാൻ വന്നവരാണ്..."– ഇ എം എസ് പറഞ്ഞു.

പിന്നെയും കുറേസമയം അവർ സംശയിച്ചുനിന്നു.

ഇ എം എസ് സോപ്പും ബിസ്കറ്റും പുതിയ ഉടുപ്പും കരുതിയിരുന്നു.

ചാളയിലെ കുട്ടികളെയെല്ലാം അവർ പുറത്തിറക്കി. അടുത്തുള്ള തോട്ടിൽ കൊണ്ടുപോയി സോപ്പ് തേച്ചു കുളിപ്പിച്ചു.

മണമുള്ള സോപ്പ് ആ കുട്ടികൾ ആദ്യമായി കാണുകയായിരുന്നു.

കുളിപ്പിച്ചതിനുശേഷം പുതിയ ഉടുപ്പിടുവിച്ചു. ബിസ്കറ്റ് തിന്നാൻ കൊടുത്തു.

"അമ്മമാരേ, സഹോദരിമാരേ, എല്ലാവരും ഒന്ന്

പുറത്തിറങ്ങി നിൽക്കിൻ..."– ഇ എം എസ് ആവശ്യപ്പെട്ടു.

മടിച്ചുമടിച്ചാണെങ്കിലും ചാളയിലുള്ള സ്ത്രീകളും പുരുഷൻമാരും പുറത്തിറങ്ങി.

സ്ത്രീകളുടെ കഴുത്തിൽ കല്ലുമാലയുണ്ടായിരുന്നു.

"എല്ലാവരും ആ കല്ലുമാല ഊരിത്തരണം"– ഇ എം എസ് നിർദ്ദേശിച്ചു.

"യ്യോ..! തമ്പ്രാൻ..! കല്ലുമാല ഊരാനോ...?" അവർ ഭയപ്പെട്ടു.

"ഈ കല്ലുമാല ജാതിതിരിച്ചറിയാനുള്ള അടയാളമാണ്. നിങ്ങളിന്നുമുതൽ സ്വതന്ത്രരാണ്. മറ്റുള്ളവരെപ്പോലെ നിങ്ങൾക്കും പൊതുവഴിയിൽ നടക്കാം. സ്കൂളിൽ ചേരാം. ഈ കുട്ടികളെയെല്ലാം ഞങ്ങൾ സ്കൂളിൽ ചേർക്കാൻ കൊണ്ടുപോവുകയാണ്. അതുകൊണ്ട് ആ അടിമച്ചിഹ്നം നമുക്കിനി വേണ്ട."

ഹരിജൻ സ്ത്രീകൾ കുറേ സമയം കൂടി സംശയിച്ചുനിന്നു.

"തമ്പ്രാനല്ലേ പറയുന്നത്... ഊരിമാറ്റ്"– പുരുഷന്മാർ പ്രേരിപ്പിച്ചു.

പിന്നെ താമസിച്ചില്ല.

സ്ത്രീകൾ കഴുത്തിലെ കല്ലുമാല ഊരിയെടുത്തു. കൈയിലെ ഇരുമ്പുവളയും ഊരിമാറ്റി.

ഇ എം എസും കൂട്ടരും അത്യധികം സന്തോഷിച്ചു.

ഹരിജൻ കുടിലുകളിൽ സ്വാതന്ത്ര്യത്തിന്റെ വെളിച്ചം പരക്കുന്നു...

ഏലംകുളം മനയ്ക്കലെ തമ്പുരാൻ അടിയാൻമാരുടെ ഉറ്റതോഴനും രക്ഷകനുമായി....

12

ഒളിവുജീവിതം

ഇ എം എസ് ഒളിവിൽ കഴിയുന്ന കാലം.

കണ്ണൂർജില്ലയിലെ ചെറുമാവിലായിയിലുള്ള പൊക്കൻ എന്ന ചെത്തുതൊഴിലാളിയുടെ വീടാണത്. ഓടുമേഞ്ഞ മൂന്നു മുറികളുള്ള വീട്.

അതിൽ ഒരു മുറി ഇ എം എസിന് വിട്ടുകൊടുത്തു.

പി കൃഷ്ണപിള്ളയാണ് ഈ ഒളിവുതാവളം കണ്ടുപിടിച്ചത്.

വയലുകളും കുന്നുകളുമുള്ള ഒരു ഗ്രാമമാണ്.

പൊക്കന്റെ വീട് ഒരു പ്രസ്ഥാനത്തിന്റെ സിരാകേന്ദ്രമാവുകയായിരുന്നു.

പൊക്കന്റെ മകനെ ഇംഗ്ലീഷ് പഠിപ്പിക്കുന്ന അധ്യാപകനായാണ് ഇ എം എസ് ആ വീട്ടിൽ ചെന്നത്. ഇ എം എസ് ആരാണെന്നോ എവിടെനിന്ന് വരുന്നെന്നോ ഒന്നും ആദ്യം പൊക്കനറിഞ്ഞിരുന്നില്ല.

“പൊക്കാ, ട്യൂഷൻമാസ്റ്റർ ഒരു കോൺഗ്രസുകാരനാണ്. പോലീസന്വേഷിച്ചു നടക്കുന്ന ആളാണ്. അതു

കൊണ്ട് കാത്തുസൂക്ഷിക്കണം.'' കൃഷ്ണപിള്ള പറഞ്ഞു.

''കണ്ണിലെ കൃഷ്ണമണിപോലെ സൂക്ഷിക്കും...''–പൊക്കൻ പറഞ്ഞു.

എന്നും നിശ്ചിതസമയത്ത് ഇ എം എസ് ട്യൂഷനെടുത്തു.

പൊക്കന്റെ മൂത്തമകൻ കുഞ്ഞിരാമൻ ബുദ്ധിമാനായിരുന്നു. ആദ്യം സംസ്കൃതമാണ് പഠിപ്പിച്ചത്. പിന്നീട് ഇംഗ്ലീഷായി.

ഒളിവിലുള്ളപ്പോഴും ഇ എം എസ് പുലരുന്നതിനു മുമ്പേ എഴുന്നേൽക്കും. കുന്നിൻ ചെരുവിൽചെന്ന് പ്രാഥമിക കർമങ്ങൾ നടത്തും.

ഉമിക്കരിയും ഈർക്കിലും ഉപയോഗിച്ച് പല്ല് തേക്കും.

ഈ സമയമത്രയും പൊക്കനോ മകനോ ദൂരെ കാവൽ നിൽക്കുന്നുണ്ടാവും.

പല്ലുതേപ്പ് കഴിഞ്ഞ് വ്യായാമം ചെയ്യും. ശീർഷാസനമാണ് പ്രധാനം.

രാവിലെ കുളിയില്ല. തോർത്ത് വെള്ളത്തിൽ മുക്കി ദേഹം നന്നായി തുടയ്ക്കും.

അതുകഴിഞ്ഞ് പത്രവായന.

ആഴ്ചയിൽ രണ്ടുതവണയാണ് പത്രം കൊണ്ടുവരിക.

ഓരോ കെട്ട് പത്രമുണ്ടാകും.

വായിക്കുമ്പോൾ ചില ഭാഗങ്ങൾ പെൻസിൽ കൊണ്ടടയാളപ്പെടുത്തും. പിന്നീടവ മുറിച്ച് സൂക്ഷിക്കും.

ഒമ്പതുമണിയോടെ കഞ്ഞി തയ്യാറാവും.

കഞ്ഞികുടി കഴിഞ്ഞാൽ എഴുത്ത് തുടങ്ങും.

ഉച്ചഭക്ഷണത്തിനുശേഷം അൽപ്പം കിടക്കും.

രാത്രിയിലാണ് കുളി.

മറ്റുള്ളവരറിയാതെയുള്ള കുളി.

കുളി കഴിഞ്ഞ് രാത്രി ഭക്ഷണം. തുടർന്ന് കുറേ നേരം പൊക്കന്റെ മകനെ പഠിപ്പിക്കും.

ഇ എം എസ് നമ്പൂതിരിയാണെന്ന് ആദ്യം പൊക്കനറിഞ്ഞിരുന്നില്ല.

സാധാരണ ഊണിന് കറിയായി മത്സ്യമാണുപയോഗിക്കുക.

ഇ എം എസിന്റെ മുന്നിലും മീൻകറിതന്നെ കൊണ്ടുവച്ചു.

ഇ എം എസ് യാതൊരു ഭാവഭേദവും കാട്ടിയില്ല.

സന്തോഷത്തോടെ മീൻകറി കൂട്ടി ഊണ് കഴിച്ചു.

ഇ എം എസ് നമ്പൂതിരിയാണെന്നറിഞ്ഞ ദിവസം പൊക്കന്റെ സങ്കടത്തിനറുതിയുണ്ടായില്ല..

"അയ്യോ! ആളറിയാതെ... മീൻകറി തന്നു..." പൊക്കൻ തന്റെ വിഷമമറിയിച്ചു.

"മീൻകറി എനിയ്ക്ക് നന്നെ ഇഷ്ടപ്പെട്ടു. ഇനിയെന്നും മീൻകറി തന്നെ വേണം..."- ഇ എം എസ് പൊക്കനെ സമാധാനിപ്പിച്ചു.

പൊക്കന്റെ കുടുംബവുമായി ഇ എം എസ് കൂടുതലടുത്തു.

രണ്ടുവർഷത്തോളം ഇ എം എസ് അവിടെ ഒളിവിൽ കഴിഞ്ഞു.

പൊക്കന്റെ പെൺമക്കൾ പോലുമറിയാതെയുള്ള താമസം.

ഒരു ദിവസം പൊക്കന്റെ മകൻ കുഞ്ഞിരാമൻ പത്രം വായിക്കയായിരുന്നു. അതിലെ ഒരു പരസ്യം

കണ്ട് കുഞ്ഞിരാമൻ ഞെട്ടി. ഉടനെ പത്രവുമായി ഇ എം എസിന്റെ മുന്നിലെത്തി.

"എന്താ കുഞ്ഞിരാമാ...."–

"ഈ പത്രം കണ്ടോ...?"

കുഞ്ഞിരാമൻ പത്രം നീട്ടിക്കാട്ടി.

പത്രത്തിൽ ഇങ്ങനെയൊരു പരസ്യമുണ്ടായിരുന്നു.....

100 കയും 50 കയും സമ്മാനം! ഇന്ത്യൻ രാജ്യരക്ഷാനിയമപ്രകാരം ആവശ്യമുള്ള താഴെ പറയു

ന്നവരിൽ ആരെയെങ്കിലും അറസ്റ്റ് ചെയ്യാൻ വേണ്ട വിവരം തരുന്നവർക്ക് 100 രൂപ സമ്മാനം തരുന്നതാണ്.

1. ഇ എം ശങ്കരൻ നമ്പൂതിരിപ്പാട്. ഏലംകുളം അംശം, ദേശം, വള്ളുവനാട് താലൂക്ക്. പ്രായം 31. അഞ്ചടി ഉയരം. രണ്ടര അടി തടി. നെറ്റിക്ക് ഒരു കറുത്തകല. വല്ലാതെ വിക്കുണ്ട്."

ഇ എം എസിനെ കൂടാതെ പി കൃഷ്ണപിള്ളയുടെയും എ കെ ജിയുടെയും പേര് പരസ്യത്തിലുണ്ടായിരുന്നു.

ഈ മൂന്നുപേർക്കും അഭയം നൽകുന്നത് ശിക്ഷാർഹമാണെന്നും പരസ്യത്തിലുണ്ടായിരുന്നു.

ഇതിനിടയിൽ പൊക്കനും അവിടെയെത്തി.

"പരസ്യം വായിച്ചോ?"– ഇ എം എസ് ചോദിച്ചു.

പൊക്കനും മകനും ഇ എം എസിനെ നോക്കി.

ഇ എം എസ് ചിരിച്ചുകൊണ്ട് തുടർന്നു. "ഇപ്പോൾ എന്നെ കാട്ടിക്കൊടുത്താൽ നൂറ് കിട്ടും. കുറച്ചു കൂടി കഴിഞ്ഞാൽ തുക കൂടും..."

"അയ്യോ..! ഇങ്ങനെയൊന്നും ചിന്തിക്കരുതേ...." പൊക്കൻ വികാരാധീനനായി.

"ഞാൻ വെറുതെ പറഞ്ഞതല്ലേ..."– ഇ എം എസ് സമാധാനിപ്പിച്ചു.. നിങ്ങളെപ്പോലുള്ളവരാണ് ഇന്ന് ഞങ്ങളുടെ കരുത്ത്. കേരളത്തിലെ ദരിദ്രജനവിഭാഗങ്ങളുടെ വക്താക്കളാണ് ഞങ്ങൾ. ഞങ്ങളെ നിങ്ങൾ കാട്ടിക്കൊടുക്കില്ലെന്നറിയാം.."

"ജീവൻപോയാലും കാട്ടിക്കൊടുക്കില്ല"– പൊക്കൻ പറഞ്ഞു..

13

കേരളത്തിന്റെ ശില്പി

ആയിരത്തി തൊള്ളായിരത്തി അമ്പത്തി ഏഴ് ഏപ്രിൽ മാസം അഞ്ച്.

ഇ എം എസായി വളർന്ന കുഞ്ചു കേരളത്തിന്റെ മുഖ്യമന്ത്രിയായി അധികാരമേറ്റെടുത്തു.

ഏലംകുളം മനയ്ക്കലെ നാലാംതമ്പുരാൻ കേരളത്തിന്റെ ഭരണസാരഥിയായി.

ലോകം അത്ഭുതത്തോടെ നോക്കുകയായിരുന്നു.

ഇ എം എസിന്റെ വളർച്ച കേരളത്തിന്റെ വളർച്ചയാണല്ലോ!

നീണ്ട ആറുവർഷത്തെ ഒളിവുജീവിതം കഴിഞ്ഞാണ് ഇ എം എസ് പൊതുജീവിതത്തിന്റെ ഭാഗമായത്.

പൊലീസുകാർ അദ്ദേഹത്തിനുവേണ്ടി രാവും പകലും പാഞ്ഞുനടന്നു.

പക്ഷേ, ഇ എം എസ് കേരളത്തിലെ സാധാരണക്കാർക്കിടയിൽ സുരക്ഷിതനായി കഴിയുകയായിരുന്നു.

സഹനങ്ങളുടെയും ത്യാഗങ്ങളുടെയും നീണ്ടകാലം.

തൊഴിലാളികളുടെയും കൃഷിക്കാരുടെയും ശ്രദ്ധാപൂർവമായ കാവൽ...

ഭാഷയുടെ അടിസ്ഥാനത്തിൽ സംസ്ഥാനം രൂപീകരിക്കണമെന്ന ആശയം ഉയർന്നു വന്നുകൊണ്ടിരുന്നു.

മലബാർ, തിരുവിതാംകൂർ, കൊച്ചി എന്നിങ്ങനെ മൂന്നായി വിഭജിക്കപ്പെട്ടു കിടന്ന കേരളം.

മൂന്നു പ്രദേശങ്ങളും കൂട്ടിച്ചേർത്ത് ഐക്യകേരളം രൂപീകരിക്കണമെന്ന ആവശ്യം കൂടിക്കൂടി വന്നു.

ഇതേക്കുറിച്ച് ഏറെ ചിന്തിച്ചത് ഇ എം എസാണ്.

ഭാഷാദേശീയതയെക്കുറിച്ച് അദ്ദേഹം പഠനം നടത്തി.

പുസ്തകമെഴുതി.

ദക്ഷിണസംസ്ഥാനം എന്നൊരു വാദം അക്കാലത്ത് ശക്തിപ്പെട്ടു വന്നിരുന്നു. കേരളത്തെ മൈസൂറിന്റെയും തമിഴ്നാടിന്റെയും ഭാഗമാക്കണമെന്ന് കുറേപേർ വാദിച്ചു.

ഇ എം എസ് ഐക്യകേരളം നേടിയെടുത്തേ അടങ്ങൂ എന്ന് ശപഥം ചെയ്തു.

അങ്ങനെ ഒരു കോടി മുപ്പത്താറുലക്ഷം മലയാളികളുടെ ആഗ്രഹം പൂവണിഞ്ഞു.

1956 നവമ്പർ ഒന്നിന് ഐക്യകേരളം രൂപംകൊണ്ടു.

മലയാളികൾക്ക് സ്വന്തമായ ഒരു ഭൂമി.

നാളികേരത്തിന്റെയും നദികളുടെയും നാടിന് സ്വന്തമായ ഒരസ്തിത്വം.

1957 മാർച്ചിൽ കേരളത്തിലെ ആദ്യത്തെ പൊതു തിരഞ്ഞെടുപ്പ് നടന്നു.

പഴയ തെക്കൻ കർണാടകജില്ലകളിൽ നിന്ന് കേരളത്തോട് ചേർക്കപ്പെട്ട കാസർഗോഡ് താലൂക്കിലെ നീലേശ്വരം നിയോജകമണ്ഡലത്തിലാണ് ഇ എം എസ് മത്സരിച്ചത്.

വമ്പിച്ച ഭൂരിപക്ഷത്തോടെ തിരഞ്ഞെടുക്കപ്പെട്ടു.

പതിനൊന്നുപേരടങ്ങിയ ഒരു ജനകീയ മന്ത്രിസഭയ്ക്കാണ് ഇഎംഎസ്സ് നേതൃത്വംകൊടുത്തത്.

ഭാരമേറിയ ചുമതലയാണ് ഇ എം എസ് ഏറ്റെടുത്തത്.

ആയിരക്കണക്കിന് തൊഴിലാളികളുടെയും കൃഷിക്കാരുടെയും മനക്കരുത്ത് ഇ എം എസിന് പിൻബലമായി.

ജനാധിപത്യ കേരളം... ഐശ്വര്യം നിറഞ്ഞ കേരളം... മർദ്ദനവും ചൂഷണവുമില്ലാത്ത കേരളം...

പണിയെടുക്കുന്ന കർഷകന് രക്ഷ നൽകുന്ന കേരളം...

എല്ലാവർക്കും വിദ്യാഭ്യാസം നൽകുന്ന കേരളം...

മലയാളഭാഷയുടെ വളർച്ചക്ക് വേണ്ടി നിലകൊള്ളുന്ന കേരളം...

അഴിമതിയും കൈക്കൂലിയുമില്ലാത്ത കേരളം...

ഇ എം എസ് ഇതിനെല്ലാം നേതൃത്വം വഹിച്ചു.

കേരളത്തിലെ സാധാരണക്കാരുടെ ജീവിതം ഇ എം എസ് നേരിട്ടനുഭവിച്ചറിഞ്ഞതാണ്.

അതുകൊണ്ട് തന്നെ മുഖ്യമന്ത്രിയായിട്ടും ഇ എം എസ് ലളിതമായ ജീവിതം നയിച്ചു.

തിരുവനന്തപുരത്തെ ക്ലിഫ്ഹൗസിലാണ് ഇ എം എസും പത്നി ആര്യ അന്തർജ്ജനവും താമസിച്ചത്.

കേവലം 350 രൂപയാണ് സംസ്ഥാനത്തിന്റെ ആ മുഖ്യമന്ത്രി മാസ ശമ്പളമായി വാങ്ങിയത്.

പലരും മുഖ്യമന്ത്രിയെ കാണാൻ അവിടെ വരുമായിരുന്നു.

ഒരു ദിവസം ചില സ്ത്രീകൾ ക്ലിഫ്ഹൗസിൽ ചെന്നു.

സാധാരണവേഷത്തിലുള്ള ആര്യഅന്തർജ്ജനം അവരെ സ്വീകരിച്ചു.

വന്നവർ അന്തർജ്ജനത്തെ ശ്രദ്ധിക്കാതെ സ്വീകരണമുറിയിലിരുന്നു.

"കൊച്ചമ്മയെവിടെ? കൊച്ചമ്മയെ വിളിക്ക്"- സ്ത്രീകൾ ആവശ്യപ്പെട്ടു.

ആര്യ അന്തർജ്ജനം ഉള്ളാലെ ചിരിച്ചു. ഒപ്പം നേരിയ വിഷാദവും. തന്നെ ഇവിടത്തെ വേലക്കാരിയായിട്ടാണ് ഈ സ്ത്രീകൾ കണക്കാക്കിയിരിക്കുന്നതെന്ന് അവർക്ക് ബോധ്യമായി.

"നിങ്ങൾക്കാരെയാ കാണേണ്ടത്?"- അവർ ചോദിച്ചു.

"മന്ത്രിക്കൊച്ചമ്മയെ കാണണം..."

"ഈ ഞാൻ തന്നെയാ മന്ത്രിക്കൊച്ചമ്മ..."

സ്ത്രീകൾ ഇരുന്നിടത്തുനിന്നെഴുന്നേറ്റു.

അദ്ഭുതത്തോടെ ആര്യ അന്തർജ്ജനത്തെ നോക്കി.

സംസ്ഥാനം ഭരിക്കുന്ന മുഖ്യമന്ത്രിയുടെ ഭാര്യയാണോ ഇത്?

ആ സ്ത്രീകൾ ക്ഷമ ചോദിച്ചു.

ആര്യ അവരെ സമാധാനിപ്പിച്ചു.

ഇതാണ് ഇ എം എസിന്റെ ജീവിതം.

ആർഭാടം എന്നത് ഇ എം എസിനില്ലായിരുന്നു.

ആര്യ അന്തർജ്ജനവും ഭർത്താവിനൊത്ത് ജീവിതം നയിച്ചു.

മാതൃകാപരമായ കുടുംബജീവിതം.

മാതൃകയായി മാറിയ രാഷ്ട്രീയ ജീവിതം..

ഇന്ന് കേരളം ലോകത്തിന് മാതൃകയായിട്ടുണ്ടെങ്കിൽ അതിനുത്തരവാദി ഇ എം എസാണ്.

അതുകൊണ്ടാണ് കേരളത്തിന്റെ ശില്പി എന്നദ്ദേഹത്തെ വിശേഷിപ്പിക്കുന്നത്...

14

ജനങ്ങളുടെ അധ്യാപകൻ

കുഞ്ഞു എന്ന ഇ എം എസ്.

കേരളത്തിലെ ഏതെങ്കിലും ഒരു പ്രസ്ഥാനത്തിന്റെ മാത്രം നേതാവല്ല.

എല്ലാ പ്രസ്ഥാനങ്ങൾക്കും ചൈതന്യം പകർന്ന നേതാവാണ്.

ലോകനേതാക്കളുടെ പട്ടികയിൽ സ്ഥാനം പിടിച്ച ഇന്ത്യൻ നേതാവാണ്.

ഗാന്ധിജി ഭാരതത്തെക്കുറിച്ച് ദേശീയ സ്വപ്നം കണ്ട നേതാവാണ്. ഗാന്ധിജിക്കുശേഷം ആ സ്വപ്നം കാത്തു സൂക്ഷിച്ചത് ഇ എം എസാണ്.

കേരളത്തെ സാമൂഹ്യപരിവർത്തനത്തിന്റെ ഒരു പാഠശാലയാക്കി അദ്ദേഹം വികസിപ്പിച്ചെടുത്തു. ഭാരതത്തെയും ഇതിനു പാകത്തിൽ വികസിപ്പിക്കുവാനാഗ്രഹിച്ചു.

ഭ്രാന്താലയമായിത്തീർന്ന കേരളമായിരുന്നു ഇത്.

നവോത്ഥാന നായകൻ ഇതിനെ മനുഷ്യാലയമാക്കിത്തീർക്കാൻ യത്നിച്ചു.

നവോത്ഥാനകാലം ഉഴുതുമറിച്ച മണ്ണിൽ പുതിയൊരു സാമൂഹ്യസൃഷ്ടി നടത്തിയത് ഇ എം എസാണ്.

പുതിയൊരു കേരളം.

വികസിതകേരളം.

അധികാര വികേന്ദ്രീകരണം നടപ്പിലാക്കിയ കേരളം.

സ്വാതന്ത്ര്യം കിട്ടുന്നതിനുമുമ്പ് ജനങ്ങൾക്ക് അധികാരം കിട്ടണമെന്ന് ചിന്തിച്ചത് മഹാത്മാഗാന്ധിയാണ്.

സ്വാതന്ത്ര്യം കിട്ടിയശേഷം ഇക്കാര്യത്തിൽ പഠനം നടത്തിയത് ഇ എം എസാണ്. പ്രയോഗത്തിൽ വരുത്താൻ ശ്രമിച്ചതും അദ്ദേഹമാണ്.

കേരളം ഇന്ന് ലോകത്തിന് മാതൃകയാണ്.

ആരാണിതിനു പിന്നിൽ പ്രവർത്തിച്ചത്?

ഈ ചോദ്യത്തിന് ഒരുത്തരം മാത്രമേയുള്ളൂ... ഇ എം എസ്.

ഗ്രാമപഞ്ചായത്തുകളെ പ്രാദേശിക ഗവൺമെന്റുകളാക്കി മാറ്റാനാവശ്യമായ നിർദ്ദേശങ്ങൾ അദ്ദേഹം മുന്നോട്ട് വച്ചു.

വിദ്യാഭ്യാസത്തിലും ആരോഗ്യത്തിലും ഉൽപ്പാദനത്തിലും പുതിയൊരു വികസനമാതൃക അദ്ദേഹം നിർദ്ദേശിച്ചു.

നാട്ടിൻപുറത്തെ കാര്യങ്ങൾ തീരുമാനിക്കേണ്ടത് ദില്ലിയിൽ നിന്നോ തിരുവനന്തപുരത്തുനിന്നോ അല്ല. അതാതു പ്രദേശത്തെ ജനങ്ങളാകണം. ഗ്രാമസഭകൾ ചേർന്ന് പദ്ധതികൾ രൂപപ്പെടുത്തണം.

ഇതാണ് ജനകീയാസൂത്രണം.

ഇത് ലോകത്തിന്റെ വിസ്മയമാണ്.

മനുഷ്യവിഭവശേഷിയുടെ പ്രകടനമാണ്.

'മാനുഷരെല്ലാരുമൊന്നുപോലെ' എന്ന കാഴ്ചപ്പാടിലേക്കുള്ള കാൽവെപ്പാണ്.

ലോകത്തിന്റെ നാനാഭാഗത്തുള്ളവർ ഇതേപ്പറ്റി പഠിക്കാൻ കേരളത്തിൽ വരുന്നുണ്ട്.

ഇങ്ങനെ കേരളത്തിന്റെ വളർച്ചയിൽ പ്രധാന പങ്ക് വഹിച്ചത് ഇ എം എസാണ്.

അദ്ദേഹത്തിന്റെ ജീവിതം സമൂഹത്തിനുള്ളതായിരുന്നു.

അദ്ദേഹത്തിന്റെ പൊതുപ്രവർത്തനം പരിശുദ്ധമായിരുന്നു.. ആവേശകരമായിരുന്നു...

അധികാരം കൈയിൽ കിട്ടിയപ്പോൾ സ്വന്തം കാര്യം അദ്ദേഹം ചിന്തിച്ചില്ല.

വാക്കും പ്രവൃത്തിയും ഒരുപോലെ കൊണ്ടുനടന്ന ഇ എം എസ്.

ആർഭാടമില്ലാത്ത വേഷം.

വിനയം കലർന്ന പെരുമാറ്റം.

ആരെയും വശീകരിക്കുന്ന പ്രസംഗം.

സഹോദരീസഹോദരന്മാരേ.... എന്ന വിളി.

ഇ എം എസിന് എല്ലാവരും സഹോദരീസഹോദരന്മാരായിരുന്നു....

ചിട്ടയായ ജീവിതത്തിന്റെ ഉടമയായിരുന്നു അദ്ദേഹം..

ശുചിത്വത്തിന്റെ കാര്യത്തിലും ഒന്നാമൻ.

എന്നും രാവിലെ ഷേവും കുളിയും നിർബന്ധം.

ഇ എം എസ് നിര്യാതനായ ദിവസം കാലത്തുകൂടി എഴുന്നേറ്റ് ഷേവ് ചെയ്തിരുന്നുവത്രെ.

സമയനിഷ്ഠയാണ് മറ്റൊരുകാര്യം.

ഏതിനും കൃത്യത. യോഗത്തിനു ക്ഷണിച്ചാൽ

കൃത്യസമയത്ത് എത്തിച്ചേരും. ചിലപ്പോൾ സംഘാട കരെക്കാൾ ആദ്യമെത്തും. സമയത്തിന്റെ വില ഇ എം എസിന് നന്നായറിയാമായിരുന്നു. പ്രത്യേകിച്ച് പൊതു പ്രവർത്തകൻ സമയനിഷ്ഠയുള്ളവനായിരിക്കണം.

രോഗം ആക്രമിക്കാൻ തുടങ്ങിയതോടെ ഡോക്ടർ മാരുടെ ഉപദേശം അപ്പടി സ്വീകരിച്ചിരുന്നു.

ഭക്ഷണക്രമത്തിൽ മാറ്റം വരുത്തി.

എരിവും പുളിയും ഉപേക്ഷിച്ചു.

ഉപ്പും പഞ്ചസാരയും വർജ്ജിച്ചു.

ഒളിവിൽ കഴിഞ്ഞപ്പോഴും ആഹാരത്തിന്റെ കാര്യ ത്തിൽ നിർബന്ധമുണ്ടായില്ല. മുഖ്യമന്ത്രിയായപ്പോഴും അങ്ങനെ തന്നെ.

ഒളിവിൽ കഴിഞ്ഞപ്പോൾ ഒരു തവണ ഇ എം എസ് മരണപ്പെട്ടുവെന്ന വാർത്ത പരന്നിരുന്നു. പൊലീസാണ് ഈ വാർത്ത പരത്തിയത്. 5000 രൂപ തലയ്ക്ക് വില പറഞ്ഞിട്ടും ഇ എം എസിനെ കിട്ടാതെ വന്നപ്പോഴാണ് പൊലീസ് ഈ തന്ത്രം പ്രയോഗിച്ചത്. പൊലീസ് തല്ലിക്കൊന്നു.... വെടിയേറ്റു മരിച്ചു എന്നിങ്ങനെയാണ് വാർത്ത പ്രചരിച്ചത്.

ഇതുകേട്ട് ഏലംകുളം നാട് പൊട്ടിക്കരഞ്ഞു.

ഭാര്യ ബോധംകെട്ടുവീണു.

എന്നാൽ എല്ലാവരെയും അദ്ഭുതപ്പെടുത്തി ക്കൊണ്ട് ഇ എം എസ് ജീവിച്ചു.

ഇഎംഎസ്സ് ജീവനോടെ തിരിച്ചുവന്നെന്ന വാർത്ത കേട്ട് ഏലംകുളം നാട് സന്തോഷക്കണ്ണീർ ചൊരിഞ്ഞു.

അങ്ങനെയുള്ള ഇ എം എസ്.

സ്വത്ത് വിറ്റുകിട്ടിയ എഴുപതിനായിരം രൂപ... അത് പാർട്ടിക്ക് നൽകി...

ദേശാഭിമാനി പത്രം തുടങ്ങാനുള്ള അടിത്തറ അതായിരുന്നു.

സത്യസന്ധമായ പൊതുജീവിതം ആഗ്രഹിക്കുന്ന വർക്ക് ഇ എം എസ് ഒരു മാതൃകയാണ്.

ദേഷ്യമോ പകയോ ഇല്ലാതെ അദ്ദേഹം പ്രവർത്തിച്ചു.

ശത്രുക്കളെപ്പോലും ഹൃദയം തുറന്ന് സ്നേഹിച്ചു.

വായിച്ചും ചിന്തിച്ചും എഴുതിയും ജനതയെ വളർത്തിക്കൊണ്ടുവന്നു....

ജനങ്ങളുടെ അധ്യാപകൻ....

1998 മാർച്ച് 19 ന് ആ ജീവിതത്തിന് തിരശ്ശീല വീണു.

സംഭവങ്ങൾ നിറഞ്ഞ ജീവിതം.

മലയാളികളിൽ എന്നെന്നും ഏലംകുളത്തെ കുഞ്ചു ജീവിക്കും.....

www.ingramcontent.com/pod-product-compliance
Lightning Source LLC
LaVergne TN
LVHW040825051026
849519LV00007BA/2743
* 9 7 8 9 3 8 3 1 5 5 1 1 8 *